நடிப்பு

(கூத்துப்பட்டறையிலிருந்து சில அனுபவக் குறிப்புகள்)

சோழன் வாலறிவன்

டிஸ்கவரி பப்ளிகேஷன்ஸ்
எண்: 9, பிளாட் எண்: 1080A, ரோஹிணி பிளாட்ஸ்
முனுசாமி சாலை, கே.கே.நகர் மேற்கு,
சென்னை – 600 078. பேச: 99404 46650

வெளியீட்டு எண்: 0360

நடிப்பு (கட்டுரை)
ஆசிரியர்: *சோழன் வாலறிவன்*©
Nadippu (Essay)
Author: Chozhan Valarivan ©
Print in India

1st Edition : Apr - 2024
ISBN: 978-81-19541-46-1
Pages 176

Publisher • Sales Rights

Discovery Publications
No. 9, Plot,1080A, Rohini Flats,
Munusamy Salai,
K.K.Nagar West, Chennai 78.
Tamilnadu, India.
Mobile: +91 99404 46650

Discovery Book Palace (P) Ltd
No. 1055B, Munusamy Salai,
K.K.Nagar West,
Chennai600 078.
Ph: (044) 4855 7525
Mobile: +91 87545 07070

discoverybookpalace@gmail.com / www.discoverybookpalace.com

இந்த நூலில் பிரசுரமாகியுள்ள எந்த ஒரு பகுதியையும் எழுத்துபூர்வமான முன்அனுமதி பெறாமல் எடுத்தாள்வதோ, மறுபிரசுரம் செய்வதோ, மொழியாக்கம் செய்வதோ, ஊடகங்களில் மறுபதிப்பு செய்வதோ, காப்புரிமைச் சட்டப்படி தடை செய்யப்பட்டுள்ளது. இந்த நூலிலிருந்து சில பகுதிகளை மேற்கோள்காட்டி நூல்அறிமுகம் செய்யலாம்.

உங்கள் மொபைல் போனிலிருந்து ஸ்கேன் செய்து 'டிஸ்கவரி புக் பேலஸ்' மொபைல் ஆப்பை டவுன்லோடு செய்து, புத்தகங்களை வாங்குங்கள்.

சமர்ப்பணம்...

கவிஞர் யுகபாரதி
கூத்துப்பட்டறை ந.முத்துசாமி
படித்துறை வி.விஜயராகவன்

உள்ளே

1. அன்று வேறு கிழமை — 13
2. யூதாஸின் முகம் — 21
3. மூழ்கிப் போகுதல் — 29
4. மொட்டை புத்தன் — 39
5. விளக்கு பார்த்துச் சிரித்தல் — 47
6. கர்ப்பவதம் — 55
7. செம்மல் பாலா — 65
8. மாலாண்டித் தாத்தா — 73
9. தீனபந்துபுரம் — 81
10. பாபு கஜேந்திரன் — 91
11. நம்மை நாம் பேசலாம் — 101
12. இரணிய வதம் — 111
13. சன்னதம் — 119
14. பூக்கடையில் — 127
15. ஆப்பிள் பலூன்கள் — 141
16. கடவுளின் தூளி — 151
17. சாமியாட்டம் — 157
18. கூழாங்கற்கள் — 167

நன்றி...

வா.மணிகண்டன் | ஷீலா ராஜ்குமார் | கில் ஆலன் | கூத்துப்பட்டறை | தேசிய நாடகப் பள்ளி | இயக்குநர் தங்கர் பச்சான் | இயக்குநர் பாலாஜி சக்திவேல் | இயக்குநர்கள் ஜேடி & ஜெர்ரி | இயக்குநர் அஜயன் பாலா | சண்முகராஜா | நீரை மகேந்திரன் | தோழமை பூபதி | மாணவர்கள் | பள்ளிகள் | கல்லூரிகள் | தொண்டு நிறுவனங்கள்

ந.முத்துசாமியின் சொற்கள்

மனோதத்துவப் புத்தகங்கள் எதையும் படிக்காமலேயே ஒரு மனோதத்துவ உலகம் வாலறிவனுக்குத் தெரிய வந்திருக்கிறது. இவருடைய மனோதத்துவத்தின் பன்முகத் தன்மைக்கு இவரது பதின்பருவச் சூழல் ஒரு முக்கியக் காரணம்.

இவர் கூத்துப்பட்டறையில் இருந்த போது, பூங்காக்களில் வித்தியாசமாக நடப்பவர்களின் பின்னால் அதே தாளகதியில் நடப்பது, பிச்சைக்காரர்களைப் போலப் பிச்சை எடுக்கப் போவது, அரசு மருத்துவமனைகளுக்குச் சென்று நோயாளிகளை மணிக் கணக்கில் பார்த்துக்கொண்டிருப்பது போன்ற பலவிதமான பரிசோதனைக் காரியங்களைத் தொடர்ந்து செய்துகொண்டிருந்தார். அதே போல இப்பொழுது கூத்துப்பட்டறைக்குப் பயிற்சிக்கு வந்துகொண்டிருக்கும் மாணவர்களையும், தெருவில் அனுப்பி வைத்து விடுகிறார் என்பது கூத்துப்பட்டறை நிர்வாகத்தின் புகாராக இருந்தது. அதன் காரணமாகவே, அவரை வகுப்புகள் எடுக்க வேண்டாமென்று நிர்வாகம் தடுத்து விட்டது. என்னைப் பொருத்தவரையில், அது தவறாகத் தோன்றவில்லை. வேறு நாடகக் குழுக்களிலிருந்து ஒரு சில நடிகைகள் கூட இது போன்ற காரியங்களில் ஈடுபட்டிருக்கிறார்கள். இதைக் காரணமாக வைத்து, வாலறிவனை வகுப்புகள் எடுக்க விடாமல் தடுத்தது கூத்துப்பட்டறைக்குப் பெரிய இழப்புதான். ஆனால், அவருக்கு இது இழப்பில்லை.

இந்தக் கட்டுரைகள் பெரும்பாலும், கூத்துப்பட்டறையோடு தொடர்புடையவையாக இருக்கின்றன. குறிப்பாக, பாலாவைப் பற்றிய கட்டுரை என்னையும் கூத்துப்பட்டறை நடிகர்களையும் மிகவும் பாதித்து விட்டது. வாலறிவன், இனி பயிற்சிகள்

கொடுக்கப் போவார் என்று சொல்வதற்கில்லை. ஆனால், அவர் படமெடுத்தாரானால் அதன் நடிகர்களுக்கு அவர் பயிற்சி கொடுக்கக்கூடும். படத்துக்கு நேர்த்தியை எப்படிக் கொண்டு வருவது என்பது அவருக்குத் தெரியும்.

சோழன் வாலறிவனுக்கு எனது வாழ்த்துக்கள்!

- ந.முத்துசாமி

கூத்துப்பட்டறை.

இந்தக் கட்டுரைகள் நான் நடிப்பை எப்படிப் புரிந்து கொண்டிருக்கிறேன், மற்றவர்களுக்கு எப்படி கற்றுக்கொடுக்கிறேன், கற்றுக் கொடுப்பதன் வழியாகவும் எதை, எப்படி, எங்கே, எதற்காக, எவரிடமும் தொடர்ந்து கற்றுக்கொண்டிருக்கிறேன் என்பது குறித்த எனது சுய அனுபவங்களைத்தான் பேசுகின்றன. இந்த அனுபவங்கள் எனக்கு தேசிய நாடகப்பள்ளியும் (NSD), கூத்துப் பட்டறையும் தந்த கொடை.

நடிப்பில் ஆர்வமுள்ள ஆரம்பக்கட்ட நடிகர்களுக்கும், நடிப்பின் அடிப்படைகளைத் தெரிந்துகொள்ள விரும்புபவர்களுக்கும் பயனுள்ளதாக, உத்வேகம் அளிக்கக்கூடியதாக என்னுடைய இந்த அனுபவங்கள் இருக்கும் என்று நம்புகிறேன். கூடவே, என்னிடம் நடிப்பு பயின்ற மாணவர்களின் அனுபவக் குறிப்புகளையும் இணைத்துள்ளேன்.

இந்நிலையைச் சாத்தியமாக்கித் தந்த கவிஞர் யுகபாரதிக்கும், படித்துறை விஜயராகவனுக்கும், கூத்துப்பட்டறை ந.முத்துசாமிக்கும் இந்தப் புத்தகத்தை சமர்ப்பணம் செய்கிறேன்.

முதல் பதிப்பிற்கு மெய்ப்பு பார்த்துக்கொடுத்த நண்பரும் கவிஞருமான சிறீநான் மணிகண்டனுக்கும், இரண்டாம் பதிப்பிற்கு மெய்ப்பு பார்த்துக்கொடுத்த நண்பர் கிருஷ்ண பிரபுவுக்கும் நன்றியும் அன்பும்!

- சோழன் வாலறிவன்.

vaalarivan22@gmail.com

8754714692

தொன்மையின் வீரியத்தன்மையை ஜீரணித்தவராகவும் தனக்கென ஒரு தனித்தன்மையை வகுத்துக் கொண்டவராகவும் வாலறிவன் திறம்பட வளர்ந்து வருகிறார். நவீன இலக்கியம், நவீன நாடகப் பிரதிகள் என்று ஆழமான வாசிப்பு, திரைத்துறையில் உதவி இயக்குநர் வேலை, கூத்துப்பட்டறையின் ஐந்தாண்டுகால அனுபவங்கள் என்று எல்லாமும் இணைந்து நடிப்பின் அடிப்படையான கூறுகளைக் குறித்து தெளிவான மொழியில் அமைந்திருக்கிறது இந்தப் புத்தகம்.

- அருண்மொழி,
ஆவணப்பட இயக்குநர்

எங்களது பயிற்சிப்பட்டறையின் நடிப்பு ஆசிரியாகக் கிட்டத்தட்ட எட்டுவருடங்களாக....35 பட்டறைகளில் தொடர்கிறார் என்பதே வாலறிவனின் ஆளுமைக்குண்டான சான்று. ஒவ்வொரு முறையும் புதிய புதிய பயிற்சிகளை அறிமுகம் செய்யும் அவரது வகுப்புகளை மெய்மறந்து வேடிக்கை பார்த்திருக்கிறேன். அவரது வேகம் எனக்கு உற்சாகமான டானிக்....!

- பதியம் பாரதிவாசன்,
திருப்பூர்.

தான் கற்ற எல்லா கலையையும் மாணவர்களுக்குத் தந்து விட வேண்டும் என்ற பொதுமை மனப்பான்மை கொண்டவர். இதுதானே சிறந்த ஆசிரியர்களுக்கான இலக்கணம். அதனால் எனக்குப் பிடித்தவர்.

- நிழல்ப.
திருநாவுக்கரசு

நடிப்புத்துறையில் ஈடுபாடுள்ளவர்களுக்கு தற்கால முன் மாதிரியான விடயங்கள் இதில் பொதிந்திருக்கிறது. எல்லா தரப்பு வாசகர்களையும் மனநிறைவு செய்யும்விதமாக அவரது ஆளுமை இருக்கிறது. வாலறிவனின் இந்த அனுபவங்கள் எல்லாவற்றிற்கும் நீண்ட நட்பு மூலமாக நான் சாட்சியமாக இருக்கிறேன்.

- ஹஸீன்
இயக்குநர்.

ஒரு நடிகனுக்குத் தேவையான படைப்பாற்றலின் ஊற்றுக் கணங்கள் இந்தப் புத்தகத்தின் பக்கங்களில் விரவிக் கிடக்கின்றன.

சொந்த அனுபவத்தின் வழி அடைந்த ஞானத்தில் எழுத்தாகியிருக்கிறது ஒவ்வொரு கட்டுரையும். இந்த ஒளி நின்று பரவட்டும்.

- செந்தில்வேலன்,
துணை இயக்குநர்

நடிப்பு என்ற ஒரு வார்த்தைக்குப் பின்னால் இத்தனை நுட்பங்கள் ஒளிந்து கிடக்கின்றனவா என்ற பிரமிப்பை உண்டாக்குகிறது இந்தப் புத்தகம். ஓர் இளம் நடிகர் இந்தப் புத்தகத்தை முழுமையாக உள்வாங்கிக்கொண்டால் அவர் தன் வாழ்நாளின் பெரும்பகுதியைச் சேமித்துவிட்டார்.

- மு.வேடியப்பன்,
டிஸ்கவரி புக் பேலஸ் உரிமையாளர்

எங்கள் நிறுவனத்துக்காக ஏலகிரியில் இரண்டு நாள் பயிற்சிப் பட்டறை நடத்தினார். நடிப்பு குறித்து வாலறிவனுக்கு இருக்கும் பார்வை மிகவும் தனித்துவமானது. இந்தப் புத்தகத்தில் அது கொஞ்சமாக வெளிப்பட்டிருக்கிறது. அனுபவங்களை இப்படி எழுதுவதோடு இவர் தொடர்ந்து பயிற்சிப் பட்டறைகள் நடத்திக் கொண்டே இருக்க வேண்டும். ஏனெனில், நடிப்பு என்பது ஒரு வினை.

- Shanmugavelshankaran, Fix Nix.

சமூகத்தின் வெவ்வேறு விதமான
மனிதர்களைக் கதாபாத்திரங்களாகத்
தனது நடிப்பிற்குள் உட்கொண்டவர் வாலறிவன்.

இவரின் அனுபவங்கள், கற்றலை கடந்த ஓர் வாழ்க்கை !

மகா. தமிழ்ப் பிரபாகரன்,
ஊடகவியலாளர்

நாடக நடிப்புக்கும், திரை நடிப்புக்கும் பெரிய இடைவெளி இருக்கிறது. ஆனால், இவர் இரண்டிலும் வேலை பார்த்தவர். இப்பொழுது உச்சத்தில் இருக்கும் சில நடிகர்களுக்கு தனிப்பட்ட முறையில் நடிப்பு வகுப்புகளை எடுத்திருப்பவர். கல்லூரிகள், பள்ளிகளில் தொடர்ந்து பட்டறைகளை நடத்திக் கொண்டிருப்பவர். அந்த அனுபவங்களை மிக எளிமையாகவும் தெளிவாகவும் சொல்லியிருக்கிறார்.

- தவமுதல்வன்.
ஆவணப்பட இயக்குநர்.

உன்னிடம் திறமையும் கண்ணியமும் தோரணையும் இருக்கின்றன. வில்வித்தையின் உத்திகளை நீ நன்றாகவே கற்றுத் தேர்ந்திருக்கிறாய். நீ வில்லை வெற்றிக்கொண்டுள்ளாய்; ஆனால் நீ உன் மனத்தை இன்னும் வெற்றி கொள்ளவில்லை. எல்லாச் சூழல்களும் சாதகமாக இருக்கும்போது எப்படி அம்பு எய்வது என்பது உனக்குத் தெரிந்திருக்கிறது. ஆனால் ஓர் ஆபத்தான சூழலில் இருக்கும்போது உன்னால் உன் இலக்கைத் தாக்க முடியவில்லை. ஒரு வில்லாளனால் எப்போதுமே போர்க்களத்தைத் தேர்ந்தெடுக்க முடியாது. அதனால் நீ மீண்டும் உன் பயிற்சியைத் தொடங்கு. சாதகமற்ற சூழ்நிலைகளுக்கு உன்னைத் தயார்படுத்திக் கொள். வில்லின் மார்க்கத்தில் தொடர்ந்து செல். ஏனெனில், அதுதான் வாழ்க்கைப் பயணத்தின் பாதையும்கூட. குறி பார்த்துத் துல்லியமாக அம்பு எய்வது என்பது வேறு. ஆன்மா அமைதியாக இருக்கும்போது அம்பு எய்வது என்பது முற்றிலும் வேறொரு விஷயம்.

- தெட்சுயா,
வில்லாளன் நாவலிலிருந்து...

அன்று வேறு கிழமை

ஒரு ஞாயிற்றுக்கிழமை. வீட்டில் பொழுது போகவில்லை என்று முத்துசாமி பட்டறைக்கு வந்திருந்தார். நான் ஹாலில் சிலம்பம் சுற்றிக் கொண்டிருந்தேன். என்னுடன் இன்னும் இரண்டு நடிகர்கள் இருந்தார்கள். எங்கள் மூவரையும் கூட்டி உட்கார வைத்துக் கொண்ட முத்துசாமி கவிஞர் ஞானக்கூத்தனின் 'அன்று வேறு கிழமை' எனும் கவிதையை எடுத்துத் தந்து எங்களை வாசிக்கச் சொன்னார்.

முதலில் சரவணன், இரண்டாவது சஞ்ஜீவி, மூன்றாவதாக நான். எங்கள் மூவருக்கும் வாசிக்கத் தெரியவில்லை என்பதை அவர் எங்களைப் பார்த்த பார்வையிலேயே எங்களுக்குப் புரிந்து விட்டது. எனக்கு அவமானமாக இருந்தது. மனசுக்குள் படுவேகமாக வாசிக்கத் தெரிந்த என்னால் வாய்விட்டு வாசிக்க முடியவில்லை. திணறிவிட்டேன். வெட்கம் பிடுங்கித் தின்றது. முத்துசாமி புத்தகத்தை என்னிடமிருந்து வாங்கி வாய்விட்டு வாசித்தார். அவரைத் தெரிந்தவர்களுக்குப் புரியும் - அவரது மீசையைப் போலவே அவரது குரலும் எவ்வளவு கம்பீரமானதென்று. சொக்க வைக்கும் வசீகரமானது. அவர் வாசிக்க, வாசிக்க ஒவ்வொரு சொல்லின் உள்ளர்த்தமும் அவரது தொனியிலேறி எங்களை ஆட்கொண்டது. அவரது வாசிப்பில் கவிதையின் பொருள் எங்களது நால்வருக்கும் இடையில் காட்சிகளாய் மிதந்தது.

மீண்டும் எங்களை வாசிக்கச் சொன்னார். இப்பொழுது அவர் மூலம் எங்களுக்கு அனுபவமானதை நாங்கள் வெளிப்படுத்த முயன்றோம். வரவில்லை. அவர் "நீங்க ஏத்து நடிக்குற கேரக்டரே கொச்சையா பேசும்போது ஆக்டரா உங்க கொச்சைத்தனத்தை நீங்க அனுமதிக்கலாம். ஆனா, உங்க கேரக்டர் இலக்கண சுத்தமா பேசும்போது உங்களோட கொச்சைத்தனம் உங்கள பலவீனப் படுத்திடும். அதனால நீங்க தினமும் நியூஸ் பேப்பர் இல்லன்னா

கத புஸ்தகம்னு எதையாவது ஒன்ன எடுத்துக்கிட்டு ஒரு அரைமணி நேரம் சத்தம் போட்டு படிங்க. அப்பதான் சொல்லுக்கு உங்க நா பழகும். பழக்கம்தான் உங்க உச்சரிப்புல சுத்தத்தக் கொண்டு வரும். மௌனமா வாசிக்குறது ஒரு புஸ்தகத்த வேகமா படிக்குறதுக்கு உதவி செய்யும். அதே நேரத்துல கருத்தும் ஆழமா மனசுக்கு பிடிபடும். மௌன வாசிப்பு புஸ்தக வாசிப்புக்கான உத்தியா வெச்சுக்குங்க, ஒரு நடிகனா உரத்து வாசிச்சுப் பழகுங்க" என்று சொன்னார்.

நடிகன் மொழி ஆளுமை மிக்கவனாக இருக்க வேண்டும் என்பது முத்துசாமியின் விருப்பங்களில் ஒன்று. வாய்விட்டு வாசிக்கும் போக்கு குறைந்து போய்விட்டதால் உச்சரிப்புப் பிழைகள் தமிழில் அதிகமாகி விட்டன. இரண்டு சொற்கள் இணையும்போது உண்டாகும் க்,ச்,ப்,த்... போன்ற ஒற்றுகள் இல்லாமல் காதுக்கு நாராசமாக விழுகின்ற சப்தங்கள் தமிழில் பெருகிக் கொண்டு வருகின்றன. பொது இடங்களில் கவிதை வாசிக்கிற பழக்கத்தை உண்டாக்க வேண்டும் என்று நடிகனின் தமிழ் உச்சரிப்பு குறித்து முத்துசாமி ஆதங்கப்படுவதை நாடகம், நடிப்பு குறித்து அவர் எழுதிய கட்டுரைகளைப் படித்தவர்களுக்கு நன்றாகத் தெரியும்.

ஒருநாள் காலையில் பட்டறைக்குள் நுழையும்போது நான் ரொம்பவும் பழைய ஜூனியர் விகடனை எடுத்துப் படித்துக் கொண்டிருந்தேன். அவர் அதை வாங்கிப் படித்தார். அதிலிருந்த ஒரு ஆர்டிகிளை நடிகர்களிடம் வாசித்துக் காட்டினார். அந்த ஆர்டிகிள் எழுதப்பட்டிருக்கும் முறையைக் குறித்து நடிகர்களை சொல்லச் சொல்லிக் கேட்டார். அவர் என்ன கேட்கிறார் என்று எங்களுக்குப் புரியவில்லை. தவறாகச் சொல்லிவிடுவோமோ என்கிற அச்சம் வேறு. மௌனமாக இருந்தோம். கொஞ்ச நேரத்திற்குப் பிறகு அவரே விளக்கினார்.

அந்தக் கட்டுரை இரண்டு தாலிகளுடன் கோர்ட்டில் நின்று, முதல் தாலி கட்டினவனோடு என்னைச் சேர்த்து வைக்கும் வரை இரண்டாவது தாலியைக் கழுத்திலிருந்து கழட்ட மாட்டேன், என்று அழுது கொண்டிருக்கும் ஒரு தெலுங்குப் பெண்ணைப் பற்றிய கவர் ஸ்டோரி. அந்தப் புத்தகத்தில் இருந்த எல்லாப் பக்கங்களையும் படித்திருந்த நான் அந்தப் பக்கத்தை மட்டும் படித்திருக்க வில்லை. முத்துசாமியின் இந்தத் தேர்வு என்னை ஆச்சரியப்படுத்தியது. இரண்டாவது, அந்தப் பெண்ணுக்கு என்ன தீர்ப்பு கிடைத்திருக்கும் என்று அறிந்து கொள்ளும் ஆர்வம் என்னைத் தொற்றிக் கொண்டது.

முத்துசாமி அந்தக் கட்டுரையில் ஒளிந்திருக்கும் கட்டுரையாளன், பெண், போலீஸ் இன்ஸ்பெக்டர், இரண்டாம் தாலி கட்டின எபினேசர், பெண்ணின் வளர்ப்புத் தாய், பெண்ணின் சார்பில் வாதாடும் வழக்கறிஞர் என்று ஆறு பாத்திரங்களை அடையாளம் காட்டினார்.

ஆறு நடிகர்களை மேடையேறச் சொல்லி பாத்திரங்களாகப் பேசச் சொன்னார். நாங்கள் பேசினோம். ஆனால் எங்களது பேச்சு மிகவும் தட்டையாக இருந்தது. காரணம், நாங்கள் அந்தப் பாத்திரங்களை சரியாக அப்பொழுது உணர்ந்து கொள்ள வில்லை. "பாத்திரமாக வாழ்தல் என்பதை இன்னொரு நாளில் பார்த்துக் கொள்ளலாம். இன்றைக்கு அதை விட முக்கியமானது. நீங்கள் படிக்கும், பார்க்கும், கேட்கும் எது ஒன்றிலும் ஒரு நடிகனாக நீங்கள் கற்றுக் கொள்ள ஏராளம் இருக்கிறது. ஆனால் எதுவொன்றிலும் உங்களுக்குத் தேவையானதைப் பார்ப்பதற்கான 'தொழில்பார்வை' உங்களுக்கு இருக்கிறதா என்று உங்களை நீங்களே சுயபரிசீலனை செய்து பார்த்துக் கொள்ள வேண்டும்" என்று அன்றைய வகுப்பை முடித்தார். என்னுடைய ஆர்வமெல்லாம் அந்தப் பெண்ணுக்கு என்ன தீர்ப்பு கிடைத்திருக்கும் என்பதிலேயே இருந்தது.

சில வருடங்கள் கழித்து சமீபத்தில் அந்தப் பெண்ணின் வழக்கறிஞரைச் சந்தித்தேன். அவர் அந்தச் சமயத்தில் என்ன நடந்தது என்று விரிவாகப் பேசினாரே தவிர, அந்த கேஸ் ஃபைலைத் தரமுடியாது என்று சொல்லி விட்டார். இரண்டாம் தாலி கட்டி ஏமாந்த பாலாஜி என்பவர்தான் அந்தப் பெண்ணை கோர்ட்டுக்குக் கொண்டு வந்தாராம். அந்தப் பெண் திருப்பதி தேவஸ்தானத்தில் பணிபுரியும் அதிகாரிகளுக்கு பால்யத்திலிருந்தே விபச்சாரியாக இருக்க, அந்தப் பெண்ணின் சொந்தத் தாயால் தள்ளப்பட்டாளாம். கீழ் திருப்பதியில் அவள் அடிக்கடி சென்று வரும் லாட்ஜுக்குப் பக்கத்தில் மெக்கானிக் ஒருவனோடு அவளுக்குக் காதல் வந்து யாருக்கும் தெரியாமல் இருவரும் ஓடிப்போய்க் கல்யாணம் செய்து கொண்டு கொஞ்ச நாட்கள் ஒன்றாக வாழ்ந்தார்களாம். வருமானம் இழந்த பெண்ணின் தாய் ஆட்களை விட்டு சல்லடைப் போட்டுத் தேடி மகளைப் பிடித்துக் கொண்டு வந்து ஏழுமலையானின் அதிகாரிகளுக்கு மீண்டும் தந்தாளாம்.

சில வருடங்கள் கழித்து அதிகாரிகள் அந்தப் பெண்ணை வேண்டாமென்று ஃபிரஷ் பீஸ் கேட்க, தாய் அவளை சென்னையில் உள்ள பாலாஜிக்கு அதிகமான வரதட்சனை பெற்றுக்கொண்டு கட்டிக் கொடுத்தாளாம். ஆசையாசையாய் முதலிரவுக்குள் நுழைந்த

பாலாஜிக்கு பலத்த அதிர்ச்சி. முதல் தாலியை எடுத்துக் காட்டி எல்லாவற்றையும் சொல்லி, 'எப்படியாவது என்னை என் முதல் கணவனோடு சேர்த்து வைத்து விடுங்கள்' என்று அந்தப் பெண் அழுக, பாலாஜி நேராக பெண்ணின் அம்மாவிடம் பேச, அம்மா ஆள் வைத்து மிரட்ட, பாலாஜி வக்கீலின் துணை கொண்டு அந்தப் பெண்ணை கோர்ட்டில் நிறுத்தி இருக்கிறார். அதற்குமேல் என்ன நடந்தது என்று எனக்குத் தெரியவில்லை என்று அந்த வழக்கறிஞர் சொல்லி விட்டார். எனக்குத் தலையெல்லாம் பூரான்.

நேராக ஆனந்த விகடன் அலுவலகத்துக்குச் சென்றேன். அங்கு நூலகர் ராஜேந்திரனின் உதவியோடு குறிப்பிட்ட அந்த வருடத்து ஜூவிக்களைத் தேடினேன். கிடைத்து விட்டது. அந்தப் பெண்ணை முதல் காதலனோடு சேர்த்து வைக்கச் சொல்லி கோர்ட்டில் தீர்ப்பு வர, இரண்டு போலீஸ் கான்ஸ்டபிள்களோடு பாலாஜியும் வக்கீலின் உதவியாளரும் போயிருக்கிறார்கள். அங்கு போனதும் அந்தப் பெண்ணின் தாய் லோக்கல் போலீஸ் ஸ்டேஷனில் தனக்கு இருந்த அதிகாரத்தை வைத்துக் கொண்டு, போலீசை வைத்துப் பெண்ணை மிரட்டி, அந்தப் பெண்ணைக் கொண்டே பாலாஜியை வரதட்சனைக் கொடுமையில் உள்ளே தள்ளி விட்டு, பெண்ணைத் தன்னோடவே அழைத்துக் கொண்டு போய்விட்டாள். இங்கிருந்து போன வக்கீல் உதவியாளரும் இரண்டு கான்ஸ்டபிள்களும் எதுவும் செய்ய முடியாது ஊர் வந்து சேர்ந்தார்களாம்.

அதன்பின்னர் குடும்பமே சேர்ந்து படாதபாடுபட்டு பாலாஜியை வெளியே கொண்டு வந்தார்களாம். வெளியே வந்த பாலாஜி திருமணம் செய்து இரண்டு குழந்தைகளுக்குத் தந்தையான சமயத்தில் இரண்டாவது மனைவியும் இறந்து விட, குழந்தைகளை ஹாஸ்டலில் சேர்த்து விட்டு எங்கோ சொல்லாமல் போனவர்தானாம். சில தினங்கள் கழித்து அவரது வீட்டில் தற்கொலை செய்து கொண்டு செத்துக் கிடந்தாராம்.

இந்த பாலாஜி பாத்திரத்தை நான்தான் மேடையில் நிகழ்த்தினேன்.

ந. முத்துசாமி சொன்னதும் அந்தப் பாத்திரத்தின் முன்பின் சம்பவங்களை மனதில் கொண்டு நடித்தேன். நான் பாலாஜியை மனதில் வாங்கும் போது நானிருந்த மனநிலையை இந்தக் கவிதை சொல்கிறது.

சாயல்களோடு வாழ்தல்

தற்கொலை செய்து கொண்டவர்கள்
எப்பொழுதும்
நம்மைத் துரத்தும்படியான
சாயலை விட்டுச் செல்கிறார்கள்
பனிக்கட்டி நினைவுகளில்
உறைந்த தலையெனப் புதைந்த
மீளா முகங்களை
எதிர்கொள்ளும் ஒவ்வொரு கணமும்
அதிர்ந்து
நடுங்குகிறது
உடல்

மறக்கப்பட வேண்டியவர்கள்
ஏதாவதொரு சாயலில்
ஏதாவதொரு சாலையில்
எதிர்பாராத பொழுதில்
நம்மைக் கடக்கிறார்கள்

சில சாயல்கள் அழ வைக்கின்றன
சில சாயல்கள் பதற வைக்கின்றன
சில சாயல்கள் சாரலில் நனைக்கின்றன

சாயல்களிலிருந்து விடுபடுதல் சுலபமில்லை

இன்றும்
இரத்தச் சகதியோடு
தோண்டப்பட்ட கண்களில்
கடைசி முத்தத்தில்
கசிந்த
உன் கண்களின்
சாயலைப் பார்க்கிறேன்.

- வா. மணிகண்டன் *(என்னைக் கடவுளாக்கிய தவிட்டுக் குருவி)*

மாணவப் பார்வை

கல்லூரிக் காலத்தில் எனக்கு நடிப்பின் மீது இருந்த ஆசையை பெற்றோர்கள் விரும்பாததால் அந்த ஆசையை எனக்குள்ளேயே புதைத்துக்கொண்டு வேலைக்குச் சேர்ந்தேன். மத்திய அரசில் நல்ல சம்பளத்தில் வேலை பார்த்தேன். ஓய்வுக்குப் பின் நீண்ட நாள் ஆசையான நடிப்பின் மீது என் கவனம் திரும்பியது.

விகடனில் வாலறிவனின் பேட்டியைக் கண்டு தொடர்பு கொண்டேன். நேரில் அழைத்தார். வளசரவாக்கம் அலுவலகத்தில் சந்தித்தேன். முதல் சந்திப்பிலேயே எனக்கு மிகவும் நெருக்கமாகி விட்டார்.

அனுபவம், அறிவு, நிலைப்பாடு குறித்த தெளிவு, சமூகம் அரசியல் குறித்த தெளிவு என்று என்னை வியப்பிலாழ்த்தினார். சினிமாக்காரர்களை எப்போதும் சந்தேகத்தோடயே அணுகும் நான் வாலறிவனிடம் என்னை முழுமையாக ஒப்படைத்தேன். வகுப்புகளுக்கான கட்டணத்தை பகுதிப் பகுதியாகக் கொடுத்தால் போதுமென்றவரிடம் மனநிறைவோடு மொத்தக்கட்டணத்தையும் செலுத்திவிட்டுச் சென்றேன்.

தத்துவம், கோட்பாடு என்றெல்லாம் சொல்லி அச்சுறுத்தாமல் எளிமையாகச் சொல்லிக்கொடுத்தார். தொல்காப்பியத்தின் மெய்ப் பாடுகளை அன்றாட வாழ்வின் சம்பவங்களைக் கொண்டு வாலறிவன் விளக்கிச் சொன்ன விதம் எனக்குக் கிடைத்த நல்லதோர் அனுபவம்.

முதல் பத்து வகுப்புகளில் நம்முள் இருக்கும் நடிகனை நமக்குக் காட்டிக்கொடுத்து, அவரும் கண்டுகொள்ளும் முறையை வெகுவாக ரசித்தேன். அடுத்த இருபது வகுப்புகள் என் வயதிற்குக் கொஞ்சம் கடுமைதான். வேறு வழியில்லை என்று செய்து முடித்தேன். இறுதியில் கிடைத்தது உழைப்புக்கேற்ற பலன்.

அறுபது வகுப்புகளில் நான் கற்றுக்கொண்டது ஏராளம். வாலறிவன் அறிவும் அனுபவமும் கொண்ட மிகச் சிறந்த மனிதன். நல்ல ஆசிரியன். என் வாழ்வில் நான் மிகவும் தாமதமாகக் கண்டடைந்த நண்பன். அவருடைய எல்லா முயற்சிகளும் வெற்றியடைய குன்றத்தூர் முருகனை வேண்டிக்கொள்கிறேன்.

- நல்லத்தம்பி,
மதனந்தபுரம், சென்னை.

"**வாழ்**வின் அத்தனை அனுபவங்களையும் உள்ளடக்கியது நடிப்பு எனும் செயல். அது மிகவும் மென்மையானதாக மட்டும் இருக்க வேண்டும் என்று நாம் நினைத்தால் வாழ்வின் அத்தனை அனுபவங்களையும் நம்மால் நம்முடைய பார்வையாளர்களோடு பகிர்ந்துகொள்ள முடியாது."

- யாரோ

யூதாஸின் முகம்

எட்கர் ஓரிட்ஸ் பார்ப்பதற்கு மூடுபனி பிரதாப் போத்தன் மாதிரி இருப்பார். யுனெஸ்கோ மூலம் நாடுகளுக்கு இடையிலான கலைகளைப் பகிர்ந்து கொள்வது எனும் திட்டத்தின் கீழ் கூத்துப் பட்டறைக்கு வந்திருந்தார். அவர் இங்குள்ள நாட்டுப்புறக் கலைகளைக் கற்றுக் கொள்வார். நாங்கள் யோகா, ஸ்டோரி டெல்லிங், அக்ரொபயாடிக் ஆகியவற்றை அவரிடமிருந்து கற்றுக் கொண்டிருந்தோம்.

அன்றைக்கு ‘ஸ்டோரி டெல்லிங்’ ஓர்க்ஷாப்.

“கதெ சொல்றதுங்கறத வெறும் பொழுது போக்கு அம்சமா மட்டும் நாம சுருக்கிடக்கூடாது. சொல்றவன் கேக்குறவன் எல்லாத்தையும் தாண்டி மொத்த சமூகத்தையும் உயிர்ப்பிக்குற சடங்கு. அது ஒரு வாழ்க்கை முற... நடிகனுக்கு நல்லா கதெ சொல்லத் தெரிஞ்சிருக்கணும். அவன் சொல்ற விதத்துல கேப்பவங்களோட ‘நானை’ மறக்கடிக்கணும்.”

என்று சொல்லி ந. முத்துசாமி தொடங்கி வைக்க, கலைராணி, சந்திரா, குரு சோமசுந்தரம், ஆனந்த்சாமி, விஜய் சேதுபதி, விமல், விதார்த், செம்மல் பாலா, ருத்ரா இன்னும் பலரோடு நானும் கலந்து கொண்டேன். எனக்கும் விஜய் சேதுபதிக்கும் இதுதான் முதல் ஓர்க்ஷாப். அதற்குக் காரணம் நாங்கள் இருவரும் அப்பொழுது நடிகர்களில்லை. கூத்துப்பட்டறையின் பகுதி நேர ஊழியர்கள். ஆர்வத்தின் அடிப்படையில் ந.மு.விடம் அனுமதி பெற்று கலந்து கொண்டோம்.

பயிற்சியின் முடிவில் எல்லோரும் பீர்பால், தெனாலிராமன், விக்ரமாதித்யன், நாட்டுப் புறக் கதைகள் ஆகியவற்றைத்

தேர்ந்தெடுத்து வைத்திருக்க நான் மட்டும் வித்தியாசமாக ஒரு இலக்கியத்தரமான கதையைத் தேர்ந்தெடுத்து வைத்திருந்தேன். இருப்பவற்றிலேயே கொஞ்சம் பெரிய கதையும் கூட. என் வாசிப்பு அனுபவத்தின் மீது எனக்கிருந்த கர்வம். அதுமட்டுமில்லாமல், பெரிய கதையாகச் சொல்லி எல்லாரையும் அசத்திவிட வேண்டும் என்கிற நப்பாசை.

எல்லோரும் அவரவர் கதைகளை மிகவும் சுவாரஸ்யமாகச் சொல்லி முடிக்க, கடைக்குட்டியாக என் முறை. எழுந்து நின்றேன். தொண்டையிலிருந்து காற்றுதான் வந்தது. இரண்டு பகல்; இரண்டு இரவு என்று மாய்ந்து மாய்ந்து மனப்பாடம் செய்த கதை கொஞ்சமும் நினைவிலில்லை.

எனக்கு ஏன் இப்படி நடந்தது? என் நினைவுகளிலிருந்து மொத்தக் கதையையும் யார் எது அழித்தது? என்மேல் நான் வைத்திருந்த அதீத நம்பிக்கையா? என்னுடைய பதற்றமா? கர்வமா? எல்லோரும் என்னையே பார்த்துக் கொண்டிருக்கிறார்கள் என்கிற அதிகபட்ச சுய உணர்வா? போதிய திறமையின்மையா? வெட்கமா? கூச்சமா? ஏதேனும் முன்தீர்மானங்களா? எது என்னை இப்படி முடக்கியது?

இந்தச் சம்பவத்திற்குப் பிறகு நடிப்பு குறித்து எனக்கிருந்த, "தானா வரவேண்டிய நடிப்பு சொல்லிக் குடுத்தா வரும்?" என்கிற அலட்சியப் பார்வை அடியோடு மறைந்து விட்டது. கூடவே நடிப்பு குறித்துப் படிப்பதாலோ, சிந்திப்பதாலோ மிகச்சிறந்த நடிகர்கள் நடித்த படங்களைப் பார்ப்பதினாலோ மட்டுமே நமக்கு நடிப்புத் திறமை கிடைத்து விடாது. பயிற்சி..பயிற்சி..தொடர்ந்த திட்டமிட்ட தீர்க்கமான பயிற்சி மட்டுமே நடிகனுக்குக் கைகொடுக்கும் என்பதை உணர்ந்து கொண்டேன்.

கூத்துப்பட்டறையில் பசுபதி, கலைராணி, ஜெயக்குமார், குமரவேல் போன்ற மூத்த நடிகர்களுக்குக் கிடைத்த பயிற்சிகள் எங்கள் தலைமுறை நடிகர்களுக்குக் கிடைக்கவில்லை. நாங்கள் இருந்த சமயத்தில் பட்டறை பணமுடக்கத்திலும், இடமின்மையாலும் அவதிப்பட்டுக் கொண்டிருந்தது. அவ்வப்போது முத்துசாமி வந்து எதிர்காலம் குறித்த நிச்சயமின்மையினால் உண்டான அச்சத்திலும், இறுக்கத்திலும் இருக்கும் எங்களிடம் பேசி விட்டுச் செல்வார்.

அவரது பேச்சு அக்கணத்திற்குக் கொஞ்சம் தன்னம்பிக்கையைத் தரும். அவ்வளவுக்குத்தான் இருந்தது எங்களது பயிற்சி. நடிப்பு குறித்து புரிந்தும் புரியாத நிலையில் நானிருந்த சமயமது.

பொங்கல் காலம். ஒரு ஞாயிற்றுக் கிழமை காலையில் கிருஷ்ணரின் வேஷத்தில் பட்டறையின் வாசலில் தம்பூராவை மீட்டியபடி இருபது வயது இளைஞர் தெலுங்கில் பாடிக்கொண்டிருந்தார். அன்றைக்குப் பட்டறையில் எல்லோரும் விடுமுறையில் சென்றிருக்க, நான் ஒருவன் மட்டும் நல்ல தூக்கத்தில் இருந்தேன். கிருஷ்ணரின் பாடல் தொடர்ந்து ஒலித்துக் கொண்டிருந்தது. கேட்பதற்கு இனிமையாக இருந்தது. எழுந்து வந்து கிருஷ்ணரை ஹாலில் உட்காரவைத்துப் பாடச்சொல்லியும், கதை சொல்லச் சொல்லியும் கேட்டு ரிக்கார்ட் செய்து கொண்டேன்.

அவர் பாடிய இரண்டு பாடல்களும், ஒரு அனுமன் கதையும் மிக இயல்பாகவும் சுவாரஸ்யமானதாகவும் இருந்தன. பாடும்போது நீல வர்ண அரிதாரத்தையும் கடந்து அவரது முகத்தில் பாவங்கள் மிகத் துல்லியமாக வெளிப்பட்டன. தெலுங்கு நடிகர் என்டிஆரின் சாயல்கள் அவ்வப்போது வந்து வந்து போய்க்கொண்டிருந்தன. கவனமும், மகிழ்ச்சியும், அன்பும் நிறைந்த தொழில் பக்தியோடு பாடினார். இந்தப் பக்தி அவரது கதைச்சொல்லலில் துல்லியத்தையும், ஒருவிதமான நளினத்தையும் உண்டாக்கியிருந்தது. வழக்கமாகத் தெருவில் வரும் கிருஷ்ணர்களிடம் இந்த அம்சங்களைக் காணமுடியாது. இந்தக் கிருஷ்ணர் விதிவிலக்காய் இருந்தார்.

இந்தக் கிருஷ்ணரிடம் இருக்கும் இந்த இயல்பையும் சுவாரஸ்யத்தையும் கைக்கொள்ளத்தானே நானும் என் சகநடிகர்களும் இத்தனை மாதங்களாகப் பட்டறையில் தகதினத்தோம் போட்டுக் கொண்டிருக்கிறோம். இவரால் எப்படி முடிகிறது? நயமான கதை சொல்லலில் என்ன சூட்சமங்களைக் கையாள்கிறார், என்ன மாதிரியான பயிற்சிகளை தினமும் மேற்கொள்கிறார்” என்றெல்லாம் நான் ஆர்வமாகி அவரைக் கேட்க, “நானா எதுவும் ஸ்டெப்பெடுத்து கத்துக்கலங்க. சின்ன வயசுல, இப்ப என்ன மாதிரி பாடிட்டு இருந்தவங்களோட கூடபோயி அந்தப் பழக்கத்துலயே கத்துக்கிட்டதுங்க. அதுக்கப்புறம் இதுதான் நம்ம தொழிலுன்னு ஆனப்ப அன்னாடப் பொழப்புல அதுவா சரளமாயிடுச்சிங்க”.

அதற்குமேல் எனக்கு அவரிடம் எதுவும் கேட்கத் தோன்றவில்லை. என்னிடம் காசும் இல்லை. பட்டறையிலேயே தங்கிச் சாப்பிடும் எங்களுக்கென்று வாங்கி வைத்திருந்த அரிசியில் ஒரு கிலோவைக் கிருஷ்ணருக்குக் கொடுத்தனுப்பிவிட்டு ரிக்கார்ட் செய்ததைத் திரும்பத் திரும்பக் கேட்டேன்; அன்றைக்கு முழுவதும் கேட்டேன். அந்த இளைஞருடைய குரல் அவரது மனம் சொல்வதைக் கேட்கிறது. அவருடைய குரலும் மனமும் உடலும் ஒரே புள்ளியில், ஒரே தாளகதியில் இணைந்து மிக இயல்பாய்த் தன்னை வெளிப்படுத்திக் கொள்கிறது. எல்லாவற்றிற்கும் மேலாக அந்தக் கிருஷ்ணரிடம் கேட்பவரை மயக்கும் ஜனரஞ்சகம் மிளிர்கிறது.

இந்தச் சம்பவத்திலிருந்து எனக்கு, “நடிப்பு குறித்து நம்மிடம் உள்ள ஆழமான அறிவாற்றல் மட்டுமே நல்ல நடிப்பைத் தந்துவிடாது. மாறாக, நம்மைவிட்டு வெகுதூரத்தில் துரத்தியடிக்கப்பட்ட குழந்தைத்தனமும், எளிமையான புத்திசாலித்தனமுமே நல்ல நடிப்புக்குத் தேவையாய் இருக்கின்றன. நடிப்பென்பது ஒரு வினை. அதைச் செய்து பார்க்கப் பார்க்கத்தான் எப்படியெல்லாம் செய்யலாம், எப்படியெல்லாம் செய்யக்கூடாது என்கிற சாத்திய, அசாத்தியங்கள் நமக்குப் பிடிபடும்,” எனும் அனுபவ அறிவு கிடைத்தது. அதன் பிறகு நடிப்புக்கான பயிற்சிகள் குறித்து எனது பார்வையில் ஒரு தெளிவு பிறந்தது.

எழுத்தாளனுக்குச் சொற்களும் கற்பனையும் போல, ஓவியனுக்கு எண்ணமும் வண்ணமும் தூரிகையும் போல, நடிகனுக்கு உடலு குரலும், மனமும்தான் மிக முக்கியமான கருவிகள். பல் விளக்குவதுபோல, சாப்பிடுவதுபோல அன்றாடச் செயல்களை அனிச்சையாய்ச் செய்வது போல நடிகன் இந்த மூன்றிலும் தொடர்ந்து பயிற்சியில் இருக்க வேண்டும்; இவற்றை தினந்தோறும் பட்டை தீட்டிக் கொண்டிருக்க வேண்டும் என்பதை ந.முத்துசாமி வாய்வழியாக எத்தனை முறைகள் சொல்லியிருந்தாலும் இந்த அனுபவம் அழுத்தம் திருத்தமாய் உணர்த்தியது.

எட்கர் ஓர்க்ஷாப்பில் நான் சொல்ல முயன்ற கதை:

யூதாஸின் முகம்.

(பிறமொழிக் கதைகள் - ஆர். சிவக்குமார்.)

பல நூற்றாண்டுகளுக்கு முன்னர் முக்கியமான தேவாலயத்திற்கு சுவரோவியம் தீட்டித் தருவதற்காக புகழ் வாய்ந்த ஓர் ஓவியர் அமர்த்தப்பட்டார். கிறிஸ்துவின் வாழ்க்கைதான் ஓவியத்தின் கரு. பல ஆண்டுகள் கடுமையாக உழைத்து ஓவியத்தை அவர் நிறைவு செய்த பிறகு இரண்டு அதிமுக்கியமான உருவங்கள் தீட்டப்படாமலிருந்தன. குழந்தை இயேசு மற்றும் யூதாஸ். அந்த இரண்டு உருவங்களுக்கான உருமாதிரிகளை அந்த ஓவியர் பல இடங்களிலும் தேடினார்.

ஒருநாள் நகரத்தின் பழைய பகுதி ஒன்றில் அவர் நடந்து கொண்டிருந்தபோது தெரு ஒன்றில் விளையாடிக் கொண்டிருந்த சில குழந்தைகளைப் பார்த்தார். அவர்களில் பன்னிரண்டு வயதுச் சிறுவன் ஒருவனின் முகம் ஓவியரின் இதயத்தைக் கிளர்ச்சியடைய வைத்தது. ஒரு தேவதையின் முகம் அது. அழுக்கடைந்திருந்தாலும் அவருக்குத் தேவையான முகம்.

அவருக்கு இயேசுவின் முகம் கிடைத்து விட்டது.
ஆனால், யூதாஸின் முகம்?

தன்னுடைய தலைசிறந்த படைப்பு நிறைவு பெறாமல் போய்விடுமோ என்ற பயம் அலைக்கழிக்க அவர் தன்னுடைய தேடலைப் பல ஆண்டுகளாகத் தொடர்ந்தார்.

ஒரு தலைசிறந்த ஓவியப் படைப்பு நிறைவு பெறாமல் நிற்கும் செய்தியைக் கேள்விப்பட்டு கொடூரமான முகம் தங்களுக்கு இருப்பதாகக் கருதிக் கொண்ட பல ஆண்கள் யூதாஸின் முகத்துக்கு உருமாதிரியாக இருப்பதற்கு முன் வந்தார்கள். வாழ்க்கையால் உருக்குலைக்கப்பட்ட, பேராசைக்கும் மிகுகாமத்திற்கும் சரணாக தியாகி பலவீனமடைந்த ஒருவரின் – ஓவியர் கற்பனை செய்து வைத்திருந்த யூதாஸ் அவன் – முகத்தைத் தன்னுடைய ஓவியத்திற்கு உருமாதிரியாகத் தேடி அலைந்தும் ஓவியருக்கு அது கிட்டவில்லை.

ஒரு நாள் பிற்பகல், ஓவியர் தான் வழக்கமாக வைன் அருந்தும் மது விடுதியில் உட்கார்ந்திருந்தபோது மெலிந்த, நைந்த உடல் கொண்ட ஒருவன் தள்ளாடியபடி வாசற்படியைத் தாண்டி வந்து தரையில் விழுந்தான். "வைன், வைன்" என்று அவன் மன்றாடினான். அவனைத் தூக்கி நிறுத்திய ஓவியர் அவனுடைய முகத்தைப் பார்த்ததும் அதிர்ச்சியடைந்தார். மனித குலத்தின் எல்லாப்

பாவங்களுடைய வடுக்களையும் தாங்கியிருந்தது போல அந்த முகம் தோன்றியது.

பெரிதும் பரவசமடைந்த முதிய ஓவியர் அந்த ஒழுக்கக் கேடனைச் சரியாக நிற்க வைத்தார்.

"என்னோடு வா, உனக்கு வைன், உணவு, உடை தருகிறேன்," என்று அவர் சொன்னார்.

இறுதியில் யூதாஸுக்கு உருமாதிரி கிடைத்து விட்டது. தன்னுடைய ஆகச் சிறந்த படைப்பை நிறைவு செய்ய பல நாட்கள் பகலிலும், சில இரவுகளிலும் பரபரப்புடன் ஓவியர் பணியாற்றினார்.

பணி தொடர்ந்து கொண்டிருந்த போது உருமாதிரியின் முகத்தில் ஒரு மாற்றம் நிகழ்ந்தது. ஆர்வம் இல்லாமல் மந்த நிலையில் உட்கார்ந்திருந்த அவனுடைய முகத்தில் ஒரு விநோதக் கொந்தளிப்பு தோன்றியது; தன்னைப் பிரதியெடுத்த ஓவியத்தின் மீது அவனுடைய இரத்தச் சிவப்பான கண்கள் நிலைகொண்டன.

தன்னுடைய உருமாதிரியின் முகக் கலவரத்தைப் பார்த்த ஓவியர் ஒருநாள் வரைவதை நிறுத்தி விட்டு, "மகனே, உனக்கு உதவ விரும்புகிறேன். உன்னைத் துன்புறுத்துவது எது?" என்று கேட்டார்.

அவன் தேம்பலுடன் அழுது தன் முகத்தைத் தன்னுடைய கைகளில் புதைத்துக் கொண்டான். நீண்ட கணத்திற்குப் பிறகு இறைஞ்சும் கண்களை உயர்த்தி ஓவியரின் முகத்தைப் பார்த்தான்.

"அப்படியென்றால் உங்களுக்கு நினைவில்லையா? பல ஆண்டு களுக்கு முன்னால் குழந்தை இயேசுவுக்கு நான்தான் உருமாதிரியாக உங்களுக்கு முன் இருந்தேன்."

மாணவப் பார்வை

தோழர் வாலறிவன் அவர்களிடம் பத்து நாட்கள் நடிப்புப் பயிற்சிக்காக தமிழ் ஸ்டுடியோவால் அனுப்பப்பட்டேன். பயிற்சியில் நான் கற்றவை, ஒரு இயக்குனருக்கு நடிப்பு சார்ந்த புரிதல் எவ்வளவு அவசியம், அவசியம் என்றால், புரிதல் இல்லாமலா ஒருவர் இயக்குனராக முடியும், என்ற கேள்வி உங்களுக்கு எழலாம்! அதுவல்ல. நடிகர்களின் சவுகரியங்கள் அசவுரிகங்கள் என்ன என்பதை இந்த நடிப்புப் பயிற்சியில் பெற்றதால் நடிகர்களைப் புரிந்துகொள்ளுவதும், அவர்களிடம் பெறவேண்டிய நுணுக்களங்களைப் பற்றியும் தெரிந்து கொண்டேன்.

மற்றும் நடிகர்கள் உச்சரிக்கும் வசனங்களில் உள்ள ஏற்ற இறக்கம் போன்றவற்றை, போலச் செய்தல், மாற்றிச் செய்தல், புதிதாகச் செய்தல் ஆகிய பயிற்சிகள் மூலம் மிக எளிமையான விளையாட்டுகளாகக் கற்றோம்.

மேலே கூறிய பயிற்சிகள் எல்லாம் குழுவுக் கென்று நடத்தப் படவில்லை. ஏன் வாலறிவன் தனிநபருக்காக நடத்தினார். பயிற்சிக்கு வந்த ஒவ்வொருவரிடமும் தனித்தனியாக உரையாடி அவரைப் புரிந்துகொண்டு அவருக்கென்று பயிற்சிகளை உருவாக்கி மனம் மற்றும் உடல் சார்ந்த நடிப்பைப் புரியவைத்தார்.

கூட்டமாக நடத்துவதைவிட இந்த முறைதான் சிறந்த அணுகு முறையாக நான் பார்க்கிறேன். நடிப்பைக் கற்றுக்கொள்ள விரும்பும் என் நண்பர்களுக்கு நான் எப்பொழுதும் பரிந்துரைக்கும் முதல் இடம் வாலறிவன் தோழர்தான்.

நடிப்பு என்னும் பாற்கடலில் இருந்து அமிர்தம் பருகத் தயாராக இருங்கள்.

ஒரு குவளை அமிர்தத்தின் சுவை அறிந்தவன்.

- பா.விஸ்வேஷ்வரன்,
படிமை மாணவர், இயக்குநர் பிரிவு,
தமிழ் ஸ்டுடியோ

சொல்லின் அர்த்தம்தான் சொல்லின் உயிரா?
சொல்லின் ஒலிதான் சொல்லுக்கு ஆடையா?
சொல்லின் மௌனம்தான் சொல்லுக்கு அம்மணமா?
எனில் சொல்லின் மரணம்?
அறியேன் எனினும் அறிவேன்.
உண்மை பற்றியெரியும் அச்சொல்லில் சுழலும் பிரபஞ்சம்.

- பாதசாரி

மூழ்கிப் போகுதல்

காலை டிபன் சாப்பிட்டு விட்டு நடிகர்கள் எல்லோரும் வட பழனியை அடுத்த எம்.ஜி.ஆர். ஜானகி பள்ளியின் மரங்கள் சூழ்ந்த திறந்த வளாகத்திற்குச் சென்று விடுவார்கள். அங்குதான் ஒத்திகை நடந்து கொண்டிருந்தது. வைகாசித் தெருவில் இருந்த கூத்துப் பட்டறையின் இடம் இன்னும் நடிகர்கள் வேலை செய்வதற்கான இடமாக மாறவில்லை என்பதால் இந்த ஏற்பாடு.

பிரேம்சந்தின் 'பெரிய இடத்துப் பெண், சவச்சல்லா' ஆகிய கதைகளும், சுந்தரராமசாமியின் 'சீதைமார்க் சீயக்காய்த்தூள்,' கோவில் காளையும் உழவு மாடும்' ஆகிய கதைகளும், புதுமைப் பித்தனின் 'கடவுளும் கந்தசாமிப் பிள்ளையும்' கதையும் தனித் தனியான ஐந்து சிறு நாடகங்களாக வடிவமைக்கப்பட்டு, அதற்கான ஒத்திகை தினந்தோறும் நடந்து கொண்டிருந்தது. மேலே சொன்ன சிறுகதைகளில் பிரேம்சந்த் கதைகளைத் தவிர்த்து விட்டு மற்ற கதைகளை நான் முன்னமே படித்திருந்தேன். அதில் 'கோவில் காளையும் உழவு மாடும்' எனக்கு மிகவும் பிடித்தமான கதை.

ஒரு கிழவன் வழிப்போக்கர்களின் தாகத்தைத் தீர்ப்பதற்கு தன்னந் தனியாக நின்று ஒரு கிணற்றினை வெட்டி முடிப்பார். உழைப்பைக் கொண்டாடும், அந்த உழைப்பை வைராக்கியத்துடன் மேன்மையான நோக்கத்திற்காக செலவிடும் அவரது ஆளுமை என்னை மிகவும் கவர்ந்திருந்தது. கதையில் வந்த கிழவனை என் சொந்த தாத் தாவாகவே நினைத்துக் கொண்டேன். என் மனோபாவத்தை வடிமைத்த விஷயங்களில் சிறுகதைகளுக்கும் இடமுண்டு. அவற்றுள் இக்கதையும் ஒன்று.

அந்தக் கிழவராக யார் நடிக்கிறார்கள் என்று பார்க்க வேண்டும் என்று எனக்கு ஆர்வமாய் இருந்தது. இன்றைக்கு 'ஆரண்ய காண்டம், ஜிகிர்தண்டா, பாண்டியநாடு..' படங்களில் நடித்திருக்கும் குரு சோமசுந்தரம்தான் கிணறு வெட்டும் அந்தக் கிழவர் வேடத்தை ஒத்திகைப் பார்த்துக் கொண்டிருந்தார். வைரவன் பண்டாரமாக பாபு என்பவர் நடித்தார். நாயாக சாந்தகுமார்.

சிறுகதையில் கிட்டதட்ட அறுபதைத் தாண்டும் என் தாத்தனை, முப்பதைக் கூடத் தாண்டாத சோமசுந்தரத்தால் கொண்டு வர முடிய வில்லை என்று எனக்கு அப்போது தோன்றியது. அவரது குரலில் மட்டும் கிழவரின் சாயல்கள் வந்து வந்து போய்க் கொண்டிருந்தன. ஒத்திகையின்போது அவர் முக்கால் பேண்டும், ஒரு டீ சர்ட்டும் போட்டுக் கொண்டிருந்தார். ஆக, சோமசுந்தரத்தின் நடை, உடை பாவனை எதிலும் நான் என் தாத்தாவைப் பார்க்க முடியவில்லை. நாடகத்தின் மீதிருந்த எனது ஆர்வம் சுத்தமாக வடிந்து போனது. அடுத்த நாளிலிருந்து நான் ஒத்திகைகளுக்கு வருவதை நிறுத்திக் கொண்டேன்.

நாடகங்களை ஒத்திகைகளில் பார்க்க வேண்டுமென்றால் பொறு மையும் சகிப்பும் வேண்டும். கிட்டதட்ட சினிமா ஷூட்டிங்கை வேடிக்கை பார்ப்பதற்கு ஒப்பானது நாடகத்தின் ஒத்திகையைப் பார்ப்பது. சினிமாவுக்குள் கற்றுக்கொள்ளும் வேட்கையுடன் வேலை செய்பவனுக்கு சினிமாவை வேடிக்கை பார்ப்பது ஒருபோதும் அலுப்புத் தட்டாது. அதே போல்தான் நாடகமும். ஆனால் நான் அப்போது ஒரு சினிமாக்காரனும் இல்லை. நாடகத்திலும் பெரிதாக ஈடுபாடு இல்லை.

நாடகம் மேடையேறும் தினம் நெருங்கிக் கொண்டிருந்தது. நடிகர்களும் 'நாடகத்தை வந்து பாரு தம்பி; நல்லா வந்திருக்கு' என்று கூப்பிட எனக்குள் ஒரு சின்ன ஆர்வம் தொற்றிக் கொண்டது. ஒத்திகையில் பார்த்தது மேடைக்கு எப்படி வருகிறது என்று பார்க்கலாம் என்று முதல்நாள் வந்து பார்த்தேன். ஐந்து நாடகங்கள் நடந்தாலும் எனக்கு என் தாத்தாவின் நாடகத்தின் மீதுதான் மொத்த ஆர்வமும் இருந்தது. இரண்டாவதோ மூன்றாவதோ இப்பொழுது நினைவில் இல்லை. நாடகம் தொடங்கியது. முதலில் பண்டாரத்தின் வருகை. அடுத்துதான் கையில் மண்வெட்டியுடன் தாத்தா வந்தார். சிறுகதையில் சுந்தரராமசாமி கிழவரின் வருகையை இப்படி

எழுதியிருந்தார். "கருவாடு மாதிரி உடம்பு. லாபத்தேவைக்கு சத்தைக் காணிக்கை கொடுத்து மிஞ்சிய சக்கை. முழங்காலில் நரம்பு முடிச்சு முடிச்சாய்ப் புடைத்துக் கொண்டிருந்தது. சிகை காடாய் வளர்ந்து கிடந்தது. அரையில் அழுக்குத் துண்டு. காது கொஞ்சம் மந்தம்தான். அந்தக் 'களை' முகத்தில் தெரிந்தது." இதை அப்படியே பிரதிபலித்தது சோமசுந்தரத்தின் நடை உடை பாவனை.

"தொலை தூரத்திலிருந்து நடையிலேயே வாறேன். ராத்திரி தலை சாய்க்கணும்" என்று அவர் பேசத்தொடங்கியதும் என் கற்பனை தாத்தாவை விடப் பன்மடங்கு உசரத்தில் இருந்தார் சோமசுந்தர தாத்தா. தொடர்ந்து சாலையோரக் கோவிலில் பூஜை செய்து பிழைப்பு நடத்தும் வைரவன் பண்டாரத்திடம் இரவு ஒண்ட வந்த தாத்தா தன்னைப் பற்றிச் சொல்லத் தொடங்குகிறார்.

"நாங்க, எங்கப்பன், பாட்டன், பூட்டன் காலத்திலிருந்தே பனையேறிக. கையைப் பாரு, குத்தினா கத்தி எறங்காது. நம்ப வட்டாரத்திலே ஐயா பேரு சொல்லிக் கேட்டாத் தெரியும். பனை எங்ககிட்ட பேசும். விடிய விடிய சளைக்காமே ஏறி இறங்குவேன். ஆனா பாரு, போனவருஷம் அநியாயமா சூலைலெ படுக்கையிலெ உளுந்திட்டேன். மண்டைக்காடுக் கொடை நடக்கிற சமயமெல்லாம் ஐயா படுக்கேலெ கெடக்காரு. இப்போ வாசியாயிடுத்து. இருந்தாலும் இப்பம் பனை ஏறக் களியலெ. தெம்பு இத்துப் போச்சு. ஆனா இன்னைக்கும் ஐயா மண்லெ சொகமா வேலை செய்வாரு. ஆனா யாரு வேலைக்குக் கூப்பிடுதா?"

கத்தி முனையில் லேசாக விரலையோட்டிக் கூர்மை பார்த்தபடி தொடர்ந்தார் சோமசுந்தரத் தாத்தா "நான் கொளந்த குட்டிக பெத்து சமுசாரியா வளர்ந்தவன். சவுகரியமா, ராஜா கணக்கா இருந்தேன். எப்பமும் எட்டணா சில்லறை முந்தியிலே குலுங்கிக்கிட்டுக் கெடக்கும். அன்னன்னாடம் வடிச்சுச் சாப்பிடுவேன். ஆமா, என் பொஞ்சாதி, மாராசி. அவ தங்கம். பத்தரை மாத்துத் தங்கம். சும்மா சொல்லப்படாது. பாக்கியவாட்டியெ நெனச்சாலே சோறு கிடைக்கும். மொகம் சுளிக்கமாட்டா. நான் சூலை வந்து உளுந்ததும் கைப்புள்ளே கணக்கா என்னைப் பாத்தா. அவளுக்கு சாக்கோட்டி வந்தா நான் பொறுக்க மாட்டேன். திடீர்னு ஒருநா மண்டையைப் போட்டுட்டா".

சிறிதுநேரம் கிழவன் மௌனம் சாதித்தான். திடீரென்று உரத்த குரலில் உணர்ச்சி பொங்க,

"சண்டாளி! நான் திண்டாடணும்னு தானே தன்னந்தனியாத் தவிக்க விட்டுட்டுப் போயிட்டே! என்ன பாடு படுதேன்னு ஒனக்குத் தெரியுமா? கடவுளுக்குத்தான் பொறுக்குமா?"

கண்களில் நீர் துளிர்த்து விட்டது.

இப்படி கதை நெடுகிலும் கிழவர் தன்னைக் குறித்து வைரவன் பண்டாரத்திடம் பேசிக்கொண்டே இருப்பார். கிழவருக்குப் பிள்ளை சரியில்லை. இறந்த மனைவியின் காதில் இருந்த பாம் படத்தை அறுக்க வந்தான் என்று அவனை விரட்டி அடித்து விட்டார். உழைக்க உடலும் மனமும் கெட்டியாய் இருந்தாலும் தனது எசமானன் தன்னை வேலைக்கு வைத்துக் கொள்ளவில்லை என்கிற அங்கலாய்ப்பு. உழைப்பில் திளைத்த உடம்பை ஓரிடத்தில் கிடத்திப்போட கிழவருக்கு விருப்பமில்லை.

"சரியாப் போச்சு. கதையா அளக்கேன்? சம்சாரமில்லா பேசுதேன். பாரு, அந்தச் சுத்து வட்டாரத்திலெ ரெண்டு மைலுக்கு ஒரு கிணறு இல்லை. தண்ணியில்லாக் காடு. மலையிலெ வேலை செய்யுற பொம்பளைங்களெல்லாம் ரெண்டு மைல் தொலையிலேருந்து தண்ணி கொண்டாறதெப் பாத்தா பாவமாயிருக்கு. இன்னைக்கு ஒரு பொம்புளை தண்ணியெப் பூராவும் குடிச்சுட்டியே, பாவிப்பயலே அப்படீன்னு வைதுகிட்டுக் கொளந்தெயப் போட்டு அடி அடீன்னு அடிச்சா பாரு, எனக்கு மனசு நொடிஞ்சு போயிட்டு. நீதான் சொல்லு, தண்ணியில்லாம ஒரு நாளி களியுமா?"

என்று குரு சோமசுந்தரம் குமரி மாவட்டத்து வட்டாரமொழியைப் பேசி நடிக்கும் போது தன்னை மறைத்துக் கொண்டு தன்னில் பாத்திரத்தைத் துலக்கச் செய்யும் கலையில் அப்போதே கைதேர்ந்த வராகத் தெரிந்தார்.

இன்றைக்கு அவர் அடைந்திருக்கும் உச்சத்திற்கு இந்த நாடகம் தான் அவருக்கு அடித்தளம் போட்டுத் தந்திருக்கிறது என்று நான் நினைக்கிறேன். இதற்கு முன்பே அவர் பல நாடகங்களில் பலவிதமான பாத்திரங்களை ஏற்று நடித்திருக்கிறார். அவை எல்லாவற்றையும் நான் பின்னாட்களில் வீடியோ பதிவுகளில்

பார்த்திருக்கிறேன். இந்த பாத்திரத்தில் ஜகஜோதியாய்ச் சோபித்தார்.

சீனியர் ஆக்டர் ஜார்ஜ் (அழகியில் கணக்கு, மதராசப்பட்டினத்தில் தமிழ் வாத்தியாராக வந்தவர்) இயக்கத்தில் உதவி இயக்குநராகவும் இருந்து கொண்டு நாடகத்தின் முக்கியப் பாத்திரமான சந்திரஹரி பாத்திரத்தில் நடித்திருந்தார். பின்னாளில் இந்த நாடகத்தில் இவருக்குப் பிள்ளையாக நானும் நடித்திருக்கிறேன். எனக்கு அம்மாவாக அபர்ணா கோபிநாத் நடித்திருந்தார். பெங்களூர் ரங்கசங்ராவில் மேடையேறியது. அரிச்சந்திரனுக்கு எதிர்நிலைப் பாத்திரம். முழுக்க முழுக்கப் பொய்யை மட்டுமே பேசும் பாத்திரம். இதில் அவர் ஸ்டைலிஸ்ட் ஆக்டிங்கைப் பின்பற்றி மிகப் பிரமாதமாக நடித்திருந்தார்.

வார்த்தைகளோடும் அவற்றின் ஒலியோடும் விளையாடி இரண்டையும் பொருத்தமான அளவில் இணைத்து இயங்க வைத்து ஏற்றுக் கொண்ட பாத்திரத்தின் மனோதத்துவத்தின் அடிப்படையில் துடிப்புள்ள படைப்பூக்கம் மிகுந்த உச்சரிப்பையும் பேச்சையும் உண்டாக்குவதில் குரு சோமசுந்தரம் கெட்டிக்காரர். இதை நீங்கள் ஆரண்யகாண்டத்தின் டீஸரில் வில்லுப்பாட்டு பாணியில் அவர் பேசியிருப்பதைக் கேட்டால் புரிந்து கொள்வீர்கள்.

எல்லாவற்றையும் தாண்டி கடின உழைப்புக்கும் உள்ளார்ந்த சக்திக்கும் சொந்தக்காரர். புத்திசாலி. ஆனால் ஒருபோதும் தன்னை அவர் அப்படி காட்டிக் கொள்ள மாட்டார். வாழ்க்கை தனது தவிர்க்க முடியாத விளைவுகளில் ஒன்றை அனுப்பும் பொழுது அவர்கள் எவ்வாறு அதை எதிர்கொள்கிறார்கள் என்பதுதான் அசாதாரணமான குணாம்சம் கொண்டவர்களை, நம்மிலிருந்து பிரித்து மேம்படுத்திக் காட்டுகிறது. அப்படி பல சந்தர்ப்பங்களில் அவரை என்னிலும் மேம்பட்டவராகப் பார்த்து வியந்திருக்கிறேன்.

அவரும் நானும் கூத்துப்பட்டறையின் மொட்டை மாடியில் நிலா இரவுகளில் விடிய விடிய நிறைய பேசியிருக்கிறோம். வாழ்க்கை குறித்தும், சமூகம் குறித்தும், தனிமனித மேம்பாடு குறித்தும், நாடகத்தின் எதிர்காலம் குறித்தும் நிறைய விவாதித்திருக்கிறோம். நடிப்பு குறித்து அதிகம் பேச விரும்ப மாட்டார். அது பேசுவதற் கானதில்லை என்பது அவரது கருத்து. அவர் பேச்சில் ஆன்மீகமும் அறிவியலும் ஒன்றில் ஒன்று பிணைந்து கிடக்கும். இது அவருக்கு

அவரது பாட்டியிடமிருந்து கிடைத்திருக்கக் கூடும். அவரது பால்யம் அவரது பாட்டியின் ஒழுக்கமும் கட்டுப்பாடும் மிகுந்த வளர்ப்பில் கழிந்ததாகச் சொல்லியிருக்கிறார். இந்த எல்லா அம்சங்களும் சேர்ந்துதான் அவரது நடிப்பில் பிரதிபலிக்கிறது.

ஒரு சகநடிகனாக நான் அவரிடம் நிறைய கற்றுக் கொண்டிருக்கிறேன். அதிலொன்று ஒருமுகப்படுத்துதல். கவனத்தை ஒரு புள்ளியில் குவித்தல். சின்ன வயதில் பூதக்கண்ணாடியை வைத்துச் சூரியனின் வெக்கையை வெள்ளைத் தாளில் ஒரு மையத்தில் குவித்து அந்த மையத்தை எரிய வைப்போம். இப்படி சக்தியை ஒரு மையத்தில் குவித்தல் என்பது நடிப்பில் மிக முக்கியமான ஒன்று. ஆரம்பத்தில் மனதை ஒருமுகப் படுத்த இயலாமல் கவனத்தைச் சிதறவிட்டு மிகவும் கஷ்டப்பட்டிருக்கிறேன்.

குரு சோமசுந்தரம் அடிக்கடி "நம்மளபத்தி நாம ரொம்ப கவனமாவும் இருக்கணும்; அதே சமயத்துல சுத்தமா நாம நம்மள மறந்தும் இருக்கணும்" என்று சொல்வார். எனக்குப் புரியவில்லை. இதை ஒரு செயலால் விளக்குங்கள் என்று கேட்டேன். அவர் உடனே ஒரு சிலம்பக் குச்சியை எடுத்து என்னிடம் போட்டு விட்டுத் தானும் ஒரு குச்சியை எடுத்துக் கொண்டார். இருவரும் ஒருவரை ஒருவர் வீடு கட்டி அடித்துக் கொண்டோம். அரை மணிநேரம் கழித்து இவ்வளவு நேரமும் மனதில் என்ன நடந்தது? ஒருவரை ஒருவர் அடிக்கும்போதும் தற்காத்துக் கொள்ளும்போதும் மனது எப்படி வேலை செய்கிறது? அதன் கவனம் எப்படி எதன் மீது குவிகிறது என்றெல்லாம் கேட்டுக்கொண்டே போனார்.

நடிகன் எதாவது ஒரு பொருளோடு தொடர்பு கொண்டிருக்கையில் ஒருமுகப்படுத்துதல் என்பது அந்தப் பொருளோடு சேர்ந்து செயலில் இறங்கும்போதுதான் கைகூடுகிறது என்று நான் இதைப் புரிந்து கொண்டதாகச் சொன்னேன். அதோடு விடாமல் எல்லோருக்கும் தெரிந்த மிக எளிய புராணக் கதையான, வில்வித்தைப் பயிற்சியில் ஈடுபட்டிருந்த எல்லோருக்கும் மரம், கிளை, இலை எல்லாம் தெரிந்து கொண்டிருக்க' அர்ஜுனனுக்கு மட்டும் அவருடைய இலக்கான பச்சைக்கிளியின் கண் மட்டும் தெரிந்ததுதான் ஒரு முகப் படுத்துதல் என்றுச் சொல்லி அழகாக விளக்கினார். ஒருமுகப் படுத்துதல் இருந்தால் மட்டும் போதாது; எதன்மீது நாம் மனத்தை

ஒருமுகப்படுத்துகிறோமோ அப்பொருளுடனோ அல்லது அந்த நபருடனோ நாம் எவ்வாறு செயலைத் தொடர்கிறோம் என்பதும் மிக முக்கியம் என்று விளக்கினார்.

ஒரு சொல்லின் எண்ணிலடங்கா தொனிகளைக் கொண்ட குரலுக்குச் சொந்தக்காரரான சோமுவுக்குள் அற்புதமான எழுத் தாற்றலும் இருக்கிறது. ஒருமுறை முத்துசாமி கூத்துப்பட்டறை நடிகர்களுக்கு இடையிலான நாடகம் எழுதும் போட்டி வைத்த போது அவர் எழுதிக் கொண்டு வந்திருந்த நாடகத்தின் தொடக்கம் ஒரு நல்ல நாடக எழுத்துக்கான அத்தனை முகாந்திரங்களையும் கொண்டிருந்தது. எதிர்காலத்தில் அவர் அதையும் செய்வார். அதற்கான ஆற்றலும் உத்வேகமும் அவரிடம் நிரம்ப இருக்கிறது.

“நேத்து நல்ல நிலா, பாரு. என்னையே மறந்து வேல செஞ் சிட்டிருந்தேன். போகப் போக ரொம்பக் கயிஷ்டமாகத்தான் இருக்குது பாத்துக்க. ஒவ்வொரு கூடையா மண்ணை அள்ளி வெளியே ஏறி வந்து தட்டணும். திரும்பவும் உள்ளே எறங்கணும். திரும்பவும் மண்ணை வாரிக்கிட்டு மேல ஏறணும்...எத்தனை மட்டம் ஏறி எறங்க வேண்டியிருக்கு...கூட ஏந்தலுக்கு ஒரு ஆள் இருந்தா சுளுவா இருக்கும். இல்லாட்டாலும் கௌவன் விடமாட்டான். ஐயா கடேசிவரை ஒரு கை பார்க்கத்தான் போறாரு.”

மாணவப் பார்வை

வாலறிவன் சார்கிட்ட 30 நாள் இண்டிவிஜுவல் ஓர்க்ஷாப் போனேன். ஃபர்ஸ்ட் க்ளாஸ்ல எப்படி டைலாக் மாடுலேஷன்ல பேசுறது, எப்படி பாடி மூவ்மெண்ட்ஸ் / கை கால்களை அசைக் குறதுனு கேள்விகளா கேக்க ஆரம்பிச்சேன். சார் சொன்னார், "அதெல்லாம் தானா வரும்; நான் சொல்ற பயிற்சிகள மட்டும் தொடர்ந்து செஞ்சிக்கிட்டு வாங்க" ன்னாரு. தொடர்ந்து பயிற்சிகள செஞ்சிக்கிட்டே வந்தப்போ சில நுவான்சஸ்ஸ என்னால எக்ஸ்ப்ளோர் பண்ண முடிஞ்சது. முக்கியமா சாரோட டீச்சிங் மெத் தேட புரிஞ்சிக்க முடிஞ்சது.

ஒவ்வொரு ப்ராசஸ்குள்ளயும் நம்மள இறக்கிவிட்டு, அந்தப் ப்ராசஸ்ஸ நம்மள எக்ஸ்பீரியன்ஸ் பண்ண வெக்குறாரு. அந்த எக்ஸ்பீரியன்ஸ் மூலமா என்ன நான் எக்ஸ்ப்ளோர் பண்ணும்போது புது விசயங்கள டிஸ்கவர் பண்றேன். இந்தப் புரிதல் வந்தபிறகுதான் என்னோட லார்னிங் ப்ராசஸ் வேகமெடுத்துச்சி. மைண்ட், பாடி, வாய்ஸ் மூணையும் இணைக்குற வித்தைய எனக்குப் புரிஞ்ச மொமெண்ட்ல நான் உண்மையிலே பறக்க ஆரம்பிச்சுட்டேன்.

நான் ஆரம்பத்துல சார்கிட்ட கேட்ட கேள்விகள் எல்லாம் ரிசல்ட் / அவுட்புட் ஓரியண்டட். ஆனா, சார் சொல்லித்தர்றது அந்த அவுட்புட்ட கொண்டு வர்றதுக்கான ப்ராசஸ்ஸ. இந்தப் ப்ராசஸ்ஸ கத்துக்கிட்டு எக்ஸ்ப்ளோர் பண்ணா, ஒவ்வொரு ஆக்டரும் அவங்க எக்ஸ்ப்ளோர் பண்ண விதம், எக்ஸ்பீரியன்ஸ் பண்ண விதத்த வெச்சு புதுசு புதுசா அவுட்புட் கொடுக்க முடியும். இவ்வளவு சூப்பர் அண்ட் சிம்பிளா நடிப்ப புரிய வெச்சதுக்கு ரொம்ப நன்றி சார்.

- பொற்கோ,
வளர்ந்துவரும் நடிகர்,
சென்னை

என் வாழ்க்கை எனும் பாத்திரம் யாதெனில்,
என்னைப் பற்றி எனக்குள்ள தானென்கிற சுயம்,
என் சுயம் சார்ந்த என் தனிப்பட்ட கருத்துகள்,
என் சுயம் கருதும் இன்பமும் துயரமும்,
என் சுயத்தின் விருப்பும் வெறுப்பும்,
என் சுயத்தின் ஒழுக்க விதிகள்,
என் சுயத்தின் இன்ப வேட்டைகள்,
என் சுயத்தின் வெற்றிகள்,
என் சுயத்தின் புகழ்ச்சி, இகழ்ச்சி,
கூடவே கொஞ்சம் நல்லது கெட்டது என்பதான
என் சுயத்தின் நம்பிக்கைகள், சிந்தனை ஓட்டங்கள்,
என் சுயத்தின் கனவுகள்,
என் சுயத்தின் மரணம் பற்றிய இறுதி பயங்கள்,
என் சுயத்தின் மரணத்திற்குப் பிறகென்ன? என்கிற குழப்பங்கள்;

இவையே என் வாழ்வெனும் பாத்திரத்தின் பொதுவான உள்ளடக்கம்.

- முடிக்கப்படாத நாடகத்திலிருந்து...

மொட்டை புத்தன்

*சு*னாமி வருவதற்கு ஒரு வாரம் இருந்திருக்கும். கில் ஆலன் என்று ஒருவர் இஸ்ரேலிலிருந்து கூத்துப்பட்டறைக்கு வந்து சேர்ந்தார். கோர்ஸ் நடிகர்களுக்குப் பயிற்சி கொடுக்கவும், முழுநேர நடிகர்களை வைத்து ஒரு நாடகத்தை மேடையேற்றவும் வந்திருந்தார். அப்பொழுது எனக்குத் தெரியாது - எனது ஆளுமையில் அவர் மிகப்பெரிய பாதிப்பைச் செலுத்தப் போகிறார் என்பது. முதல் சந்திப்பிலேயே ஒருவிதமான இணக்கத்தை அவரிடம் உணர்ந்தேன்.

இயற்கை என்பது ஒரு முடிவற்ற இருப்பு. நாம் அதில் ஒரு பகுதி என்பதை நான் இவரோடு இருக்கும்போதுதான் உணர்ந்தேன். வாழ்க்கையை ஆனந்தமாக வாழ சிந்தனை பாரமின்றி வாழ்வோடு ஒன்றிப் போகத் தெரிய வேண்டும் என்பதைத் தன் அருகாமையில் வைத்து எனக்குச் சொல்லித் தந்தவர் இவர்.

ரேகி மாஸ்டரான இவர் புத்த தத்துவம், தியானம் மற்றும் படைப் பாற்றல் குறித்த பட்டறைகளை இந்தியா, ஜப்பான், தாய்லாந்து, நேபாள், ஆஸ்திரேலியா, இஸ்ரேல் போன்ற பல நாடுகளில் நிகழ்த்திக் கொண்டு வருபவர். நாடக உருவாக்கம் மற்றும் பயிற்சி சார்ந்த பல்வேறு பொறுப்புகளை வகித்து வருபவர். உலகப் புகழ் பெற்ற பல நாடகங்களை இவர் இயக்கியிருக்கிறார். இதற்கு முன் முத்துசாமியின் 'பிரகலாத சரித்திரம்' நாடகத்தையும் இவர் இயக்கி யிருக்கிறார். அதன் வெற்றியைத் தொடர்ந்துதான் இரண்டாவதாக இப்பொழுது வந்திருக்கிறார்.

அன்பு, பொறுமை, கருணை ஆகிய அடிப்படை மனிதப் பண்பு களை எங்கெங்கிலும் வளர்த்துப் பெருக்குவதை தனது வாழ்க்கைப் பணியாகவும் கடமைப் பொறுப்பாகவும் ஏற்றுக்கொண்டு

உலகெங்கும் சுற்றிக் கொண்டிருக்கும் இவர் ஒரு நவீன மொட்டை புத்தன்.

இவருக்கு என்னுடைய சமையல் மிகவும் பிடிக்கும். இவருக்கு சமைக்க ஆரம்பித்ததிலிருந்துதான் நான் சமையலைக் கலையாகப் பார்க்கத் தொடங்கினேன். அதற்கு முன்புவரை சம்பாத்தியம் தரும் ஒரு தொழில் அவ்வளவே. இப்பொழுது யோசித்துப் பார்க்கும் போதுதான் ஒரு உண்மை புலப்படுகிறது. இந்தச் சமையல்தான் எனக்கு மிகச் சிறந்த நண்பர்களைப் பெற்றுத் தந்திருக்கிறது. ஆனாலும் கில் ஆலன் என் சமையலைச் சாப்பிட்டுத் தன் அபிப்ராயத்தைச் சொன்ன அந்த கணம்தான் நான் சமையல்காரன் என்பதில் ஒரு படைப்பாளனுக்குரிய கர்வத்தை அடைந்தேன். அதற்குக் காரணமென்று நான் நினைப்பது எதையும் கொண்டாடும் அவரது மனநிலை. ஒவ்வொரு வேளையும் என்னுடைய சமையலை அவர் கொண்டாடிச் சாப்பிடுவார். நான் மிகவும் சாதாரணமாக அன்றைக்குச் சமைத்திருப்பேன்; அதையும் அவர் கொண்டாடித்தான் சாப்பிடுவார்.

ஒருநாள் "உனது மனம் சிதறி அங்கும் இங்கும் ஓடுவதாக இருக்கிறது; இப்படி இருந்தால் மனம் எதையும் செய்யும் சக்தியின்றி முற்றிலும் பயனற்றுப் போகும்." என்று சொல்லி விட்டு, ஹாலில் இருந்த விளக்குகளை எல்லாம் அணைத்து விட்டு ஒரு மெழுகு வத்தியை ஏற்றிக் கொண்டு வந்தார். ஹாலின் ஒரு பெரிய சுவரின் ஒரு பகுதிக்கு அழைத்துச் சென்று அந்தச் சுவரைப் பார்க்கச் சொன்னார். குறிப்பிட்ட அந்தப் பகுதி ஒரு நவீன ஓவியத்தின் அமைப் பைப் பெற்றிருந்தது. மெழுகின் ஒளி படபடத்துத் துடித்து நடுங்கிக் கொண்டிருந்தது. என்னால் அந்த ஓவியத்தைத் தெளிவாகவும் நுட்ப மாகவும் பார்க்க முடியவில்லை. நான் அவரைப் பார்த்தேன். "அவர் இந்த மெழுகொளி படபடக்காமலும் நடுங்காமலும் இருந்தால் மட்டும் போதாது; ஒளியின் பிரகாசம் குன்றியதாக இருந்தாலும்கூட உன்னால் இந்தச் சுவரோவியத்தை நன்றாகப் பார்க்க முடியாது. எந்தக் காற்றினாலும் அசைவுறாத ஒளிரும் எண்ணெய் விளக்கைப் போல உனது மனம் தெளிவான பிரகாசம், அசையாத உறுதி ஆகிய இரண்டையும் கொண்டதாக இருக்க வேண்டியது அவசியம். இந்த ஒருமுகப்பட்ட குவிப்பு மனம் நடிப்புக்கு மட்டுமில்ல; வாழ்க்கைக்கே மிக முக்கியமானது" என்றார்.

இதற்குள் நாங்கள் நெருங்கிய நண்பர்களாகி விட்டிருந்தோம். எனது ஒட்டை ஆங்கிலத்தில் தமிழ் இலக்கியம் குறித்தும், மொழிபெயர்ப்பில் படித்த உலக இலக்கியங்கள் குறித்தும் அவரிடம் நிறைய பேசுவேன். அவரும் உலக, இஸ்ரேலிய இலக்கியங்கள், நாடகங்கள் குறித்து பேசுவார். இரவில் ஒன்றாகத்தான் சாப்பிடுவோம். சில நாட்கள் பேச்சின் சுவாரஸ்யத்தில் அறையிலேயே அவரது படுக்கையிலேயே தூங்கி விடுவேன். ஒருநாள் அவர் இயக்கிய நாடகத்தில் ஒரு சின்ன கதாபாத்திரத்தில் என்னை நடிக்கச் சொன்னார். நாடகத்தின் இடையில் தேநீர் கொண்டு வந்து கொடுக்கும் பாத்திரம். இந்தச் சின்ன பாத்திரத்தில் நடிப்பதற்கே நான் முதலில் திணறினேன். நாடகத்திலும் திரைப்படத்திலும் டைமிங் என்று சொல்லுவார்கள். இதற்கு நடிகன் பழகியிருக்க வேண்டும். எனக்கோ சுத்தமாகப் பழக்கத்தில் இல்லை. இந்த டைமிங் சமாசாரம் வாழ்க்கையில் எல்லா இடங்களிலும் இருக்கிறது. ஆனால் இதுதான் அது என்கிற பார்வை அப்பொழுது எனக்கில்லை. பழக்கமில்லாத எதுவொன்றையும் செய்யும்போது அந்த நிமிடத்தில் உண்டாகும் குழப்பமும் அதீத தன்னுணர்வும் பதற்றத்தைக் கொடுத்து விடும். இதனால் ஒவ்வொரு ஒத்திகையிலும் சொதப்புவேன். நான் நாடகத்திலிருந்து விலகிக் கொள்வதாகச் சொன்னேன். போகப்போக எல்லாம் சரியாகிவிடும் என்றார். முப்பது ஒத்திகைகளுக்குப் பிறகுதான் இயல்பானேன்.

நடிப்பதில் இவ்வளவு சிக்கல் இருக்கிறது என்பது அப்பொழுது தான் எனக்குப் புரிந்தது. நாளைக்கு இயக்குநர் ஆகும்போது நடிகனை வேலை வாங்க முடியாமல் திணறுவதைத் தவிர்க்க, இங்கேயே நடிப்பை ஒழுங்காகக் கற்றுக் கொள்ள வேண்டும் என்கிற திட்டம் அப்பொழுதுதான் எனக்குள் உண்டானது. இதை நான் கில்லிடம் சொன்னேன். முத்துசாமியிடம் கேள் என்றார். எனக்கு பயமாக இருந்தது. அப்பொழுதெல்லாம் முத்துசாமியை நேருக்குநேர் எதிர்கொள்ளவே பயப்படுவேன். இயல்பில் அவர் அப்படி இல்லை யென்றாலும் அவருடைய தோற்றம் என்னை அச்சுறுத்தும். அவரை எப்படிக் கேட்பது என்று அந்த எண்ணத்தை அப்படியே கை விட்டேன்.

இலக்கியத்துக்காக நோபல் பரிசு பெற்ற இத்தாலிய நாடகாசிரியர் பிராண்டெலாவின் புகழ்பெற்ற 'ஆசிரியரைத் தேடி ஆறு

கதாபாத்திரங்கள்' நாடகத்தைத்தான் கில் ஆலன் இயக்கிக் கொண்டிருந்தார். வாழ்க்கையை நம்வசத்திலிருந்து பிடுங்கி பந்தாடும் காரணிகளை நம்மால் எப்போதும் எதுவும் செய்ய முடிவதில்லை. ஏதிலியாய் இருப்பதன் இறுக்கத்தோடும் சிதைந்த மனநிலையோடும் தான் இந்த வாழ்வை வாழ்ந்து தீர்க்க வேண்டியிருக்கிறது. இதைத்தான் இந்த நாடகம் 1921 லேயே பேசியிருக்கிறது. யதார்த்தம் புனைவு, நன்மை தீமை, நாடகம் வாழ்க்கை, அறிவுபித்த நிலை குறித்த அடிப்படையான கேள்விகளை எழுப்பி, இவற்றின் இடையிலுள்ள மெல்லிய சரடுகளை ஆராய்கிறது. அந்த சமயத்தில் இந்த நாடகத்தை என்னால் உள் வாங்கிக் கொள்ள முடியவில்லை. முத்துசாமியின் அபத்த நாடக வகைமாதிரிக்கு முன்னோடியான நாடகமிது என்று பின்னாளில் இந்த நாடகத்தின் வீடியோ பிரதியைப் பார்க்கும்போது உணரமுடிந்தது.

எனக்கு இருந்த ஆர்வமெல்லாம் நடிகர்கள் எப்படியெல்லாம் நடிக்கிறார்கள், ஒத்திகையில் என்னென்ன மாற்றங்கள் நடக்கின்றன என்பதெல்லாம்தான். இந்த நாடகத்தில் கலைராணியும் நடித்தார். அவர் என்னிடம் "நடிகனாக விருப்பப்படுகிறவன் முதலில் நாடக ஒத்திகைகளை சலிப்பில்லாமல் பார்க்கப் பழக வேண்டும். நடிக்கும் போது கற்றுக் கொள்வதை விட ஒரு நடிகனுக்கு ஒத்திகைகள் நிறைய கற்றுக் கொடுக்கும்" என்று அறிவுறுத்தினார். நான் இதற்கு முன்னர் எம்ஜிஆர் ஜானகி பள்ளியில் எடுத்த முடிவை நினைத்து என்னை நொந்து கொண்டேன்.

எதிர்பாராத வாழ்வின் விபரீதத்தால் என்றும் தீராத வேதனையைச் சுமந்தபடி திக்கற்று அலையும் ஆறு பாத்திரங்களும் ஜடத்தனமாய் ஒத்திகை பார்த்துக் கொண்டிருக்க, ஒரு நாடகக் குழுவிற்குள் எதிர்பாராத நிலையில் உள்ளே நுழைந்து, 'எங்களது வாழ்க்கையே மிகச் சிறந்த நாடகம்தான். எங்களை உங்களது நாடகத்தில் பாத்திரங்களாக ஏற்றுக் கொள்ளுங்கள்' என்று வேண்டுகிறார்கள். ஆரம்பத்தில் மறுத்த இயக்குநரும் அவரது உதவியாளர்களும் பாத்திரங்களின் உணர்ச்சிப் பெருக்கால் ஈர்க்கப்பட்டு, அவர்களைத் தங்களது நாடகத்தில் பங்கேற்க அனுமதிக்கிறார்கள்.

நாடக இயக்குநருக்கு ஒரு பேராசை. தானே ஆசிரியராகிப் பாத்திரங்களின் வாழ்க்கை நாடகத்தையும், அவர்களின் அமைப் பையும் கடன் வாங்கி, தங்கள் நாடகக் குழுவின் நடிகர்களைக்

கொண்டே அதை ஒத்திகை பார்க்க ஆசைப்படுகிறார். அதற்கான முயற்சியின் இயலாமையை இயக்குநர் போகப் போக உணருகிறார். அதற்குக் காரணம் அந்தப் பாத்திரங்களின் வாழ்க்கை அவ்வளவு தீவிரமும், நெகிழ்வும், சிக்கலும், குழப்பமும் நிறைந்ததாக இருக்கிறது. நாடகக் குழுவின் நடிகர்களால் இதைக் கொண்டுவர முடிவதில்லை. இது இயக்குநருக்கு எரிச்சலை உண்டாக்குகிறது.

நாள்பட்ட வேதனையிலிருக்கும் அம்மா, தீராத குற்ற உணர்வில் இருக்கும் தந்தை, பழிவாங்கத் துடிக்கும் மகள், இவை எதற்கும் பொறுப்பேற்க விரும்பாது தப்பிக்க நினைக்கும் மகன், நொறுங்கின தங்களது பிஞ்சுக் கனவுகளோடு குழந்தைகள் மௌனமாய்ச் சாகின்றன. இதுதானே காலத்துக்கும் மாறாத கோலமாய் இருக்கிறது.

நிதர்சனத்தின் பிரமிப்பைப் பகிர்ந்து கொள்வதே கலை என்று நம்பிக் கொண்டிருந்த நாடகக் குழுவினர், மேடையில் தோன்றும் ஆச்சரியங்களுக்கு வெளியே என்றுமே மாறமுடியாத வேறு எதற்கும் இணையில்லாத உண்மையின் இருப்பை உணரும் சமயத்தில், நாடகம் முடிகிறது. முடிவதாக தோற்றம் கொள்கிறது.

இந்த நாடகத்தில் அப்பாவாக நடித்தவர் தியேட்டர்லேப் ஜெயராவ். தெலுங்கைத் தாய்மொழியாகக் கொண்ட இவரின் தமிழ் உச்சரிப்பு இன்றைக்கு இருப்பதுபோல் அன்றைக்கு அவ்வளவுத் தெளிவாக இல்லை. ஆனால் இந்தக் குறையை அவர் தனது நடிப்பால் ஈடுகட்டி விட்டார். இவருக்கு முறை தவறிய மகளாக அபர்ணா கோபிநாத் நடித்தார். இவர்கள் இருவரும் நாளுக்கு நாள் ஒத்திகைகளில் தங்களின் பாத்திரங்களில் புதிய புதிய நுணுக்கமான அம்சங்களைச் சேர்த்துக் கொண்டே வந்தனர்.

தங்களுடைய பேச்சு, பாவனைகள், உடல் இயக்கம், மற்றும் குரல் அசைவுகள் மூலம் பாத்திரங்களை நடிகர்கள் தங்களின் வழியே வெளிப்படுத்துவதைப் பார்ப்பது ஓர் அலாதியான அனுபவம். இந்த அனுபவம் எனக்கு எப்போதும் ஒரு போதை. அதனால்தான் முடிந்தவரை இன்றைக்கும் ஒத்திகைகளை வேடிக்கை பார்க்கக் கிளம்பி விடுகிறேன்.

மனிதன், நடிகன், கதாபாத்திரம், மேடைபாத்திரம், பார்வையாளர்கள், விமர்சனங்கள், பாராட்டுக்கள் என்கிற இந்தத் தொடர் பயணம் தருகிற அனுபவத்தை கூத்துப்பட்டறையின்

ஐந்துக்கும் மேற்பட்ட நாடகங்களின் வழியே ஓர் ஆய்வாகவே நான் செய்து பார்த்திருக்கிறேன். இந்த ஆய்வறிவு நடிப்பு குறித்தும், நாடகம் குறித்தும், இயக்கம் குறித்தும், கலை குறித்தும் ஆழமான புரிதலை எனக்குத் தந்திருக்கிறது. இந்தப் புரிதல்தான் எனது சொந்த வாழ்க்கையை இன்றைக்கு வழிநடத்திக் கொண்டிருக்கிறது.

மாணவப் பார்வை

"ஒரு வகுப்புல கொடுத்த வேலைகள முடிக்காம அடுத்த வகுப்புக்கு வரக்கூடாது. அது எத்தனை நாளானாலும் முடிச்சிட்டுத்தான் அடுத்த வகுப்புக்கு வரணும்" இதுதான் வாலறிவனோட முக்கியமான கண்டிஷன். இத எக்காரணத்தக் கொண்டும் அவர் தளர்த்திக்கவே இல்ல. இறுதியில நாந்தான் கடைசி அஞ்சு வகுப்புகளுக்குப் போகமுடியாம நின்னுட்டேன்.

இருபத்தஞ்சு வகுப்புகள்ல வாலறிவன்கிட்ட நான் கத்துக்கிட்டது ஏராளம். "எவ்வளவு சீக்கிரமா கத்துக்கறியோ, அவ்வளவு சீக்கிரமா உருவாக்குவ" அப்படின்னு ஒரு வகுப்புல சொன்னாரு. இத நான் அனுபவரீதியா உணருறேன். சின்னச் சின்ன விளையாட்டுகள் மூலமா நடிப்ப சொல்லிக்கொடுப்பாரு. சட்டுன்னு அதுக்குள்ள இருக்குற தத்துவ அம்சத்த எடுத்துப் பேசுவாரு. சொல்லிக் கொடுத்து, சொல்லிக்கொடுத்து யாருக்கு எப்படி சொல்லிக்கொடுக்கணுங்கறதுல பக்குவப்பட்ட மனுஷன் வாலறிவன்.

அதீதமான மனுஷன். எல்லாத்துலயும் அதீதம். இதுதான் பலம். இதேதான் பலவீனமும். சொன்னா, "இருந்துட்டுப் போகட்டும் விடுங்க நண்பா. எல்லாமே மரம்தான், ஒண்ணு அரசம், ஒண்ணு ஆலம், ஒண்ணு வேம்பு, ஒண்ணு நாவல். இப்படித்தானே மனுசனும். ஒவ்வொண்ணும் அததுக்கான அழகோட வாழுது"னு சொல்லுவாரு.

வகுப்பு முடிஞ்சதும் நான் போகமாட்டேன். வாலறிவன பேசவிட்டுக் கேட்டுக்கிட்டே இருப்பேன். வாக்குல அவ்வளவு உண்மை. உண்மையப்பத்தி சொன்னதும் அவரு பேசினது ஞாபகத்துக்கு வருது. பேருண்மை, பகுதி உண்மை ன்னு ஒரு மணிநேரம் பேசினாரு. ஜிகினா பேச்சில்ல; அவ்வளவும் சத்தியம்.

இவருகிட்ட நடிப்பு கத்துக்கிட்டதோட சரி, நான் இதுவரைக்கும் எந்தப் படத்துலயும் நடிக்கல. என் மனநிலைக்கு செட்டாகுல. சின்ன வயசிலிருந்து எனக்கிருந்த நடிப்பாசையால எனக்குக் கிடைச்ச பெரிய பரிசு என்னான்னா அது வாலறிவனோட நட்பு.

நீங்க செம்மையா வாழணும் நண்பா.

- கார்த்திக் தங்கவேலு, வேலூர்

உங்களின் வேறுபட்ட கடந்த பிராயத்துப் புகைப்படங்களை கவனத்துடன் சேகரித்து ஒன்றாக வைத்துப் பாருங்கள். உங்களின் தோற்றம் மாறிக்கொண்டே இருப்பதை அறிவீர்கள். அச்சேகரிப்புகளில் யார் நிஜமானவர்? அவையா, அல்லது இப்போதிருப்பவரா? அவ்வொரு புகைப்படமும் அப்படம் எடுக்கப்பட்ட கணத்தில் நிஜமானதே. அப்படியானால், இப்போது உங்களிடம் இருக்கும் படங்களில் காணப்படும் உங்களின் கடந்தகால உருவங்களும் நிஜமானவை இல்லைதானே? ஏனெனில், உங்களின் இப்போதைய கணத்தில் நீங்கள் மாறிவிடுகின்றீர்கள் அல்லவா? இன்னும் சில ஆண்டுகளில் இப்போதிருப்பதும் மாறிவிடும். அப்படி இருக்க, இதுதான் நான், இதுவே என் சுயமென்று இருப்பது எது?

- மனவிழிப்புநிலை நூலிலிருந்து...

விளக்கு பார்த்துச் சிரித்தல்.

ந.முத்துசாமி பாண்டிச்சேரியில் நடந்த ஒரு நவீன நடிப்புப் பயிற்சிப் பட்டறைக்கு என்னை அனுப்பி வைத்தார். ஒருமாதம் நடந்த இந்தப் பயிற்சிப் பட்டறையை டெல்லியிலுள்ள தேசிய நாடகப் பள்ளியும், பாண்டிச்சேரி நாடகத்துறையும் இணைந்து நடத்தியது. இதைத் திரைப்பட நடிகரும், நிகழ் நாடக மையத்தின் இயக்குநருமான எம். சண்முகராஜா ஒருங்கிணைத்தார். சண்முகராஜா சமகாலத்து தமிழ் சமூகத்தின் மிக முக்கியமான நாடக ஆளுமை. தெந்தமிழகம் முழுவதும் தனது மாணவர்களையும், சக நாடக ஆளுமைகளையும் உடன்வைத்துக் கொண்டு அரங்கத்தைப் படைப்பூக்கம் நிரம்பின ஜனரஞ்சகத்தோடு மக்கள் மத்தியில் ஓர் இயக்கமாகக் கட்டியெழுப்பிக் கொண்டிருப்பவர். இந்தப் பயிற்சிப் பட்டறையில்தான் இவர் எனக்கு அறிமுகமானார். எனது வளர்ச்சியில் மிகுந்த அக்கறையும் ஆர்வமும் கொண்டு வழிகாட்டுபவர்.

மனிதர்களால், மனித வாழ்க்கை கண்முன்னே அங்கேயே அப்பொழுதே நிகழ்த்தப்பெறுவது நாடகக் கலையைப் போல் வேறெதிலும் இல்லை. இந்தக் கலையில் காண்பதைப் போல் மனிதத் தொடர்பு வேறு எந்தக் கலையிலும் இல்லை என்பதை எனக்கு அனுபவப் பூர்வமாக உணர்த்தியது இந்தப் பட்டறைதான். இந்தியா முழுவதிலிருந்தும் பதினெட்டு ஆளுமைகள் நாடகத்தைக் குறித்தும், நவீன நடிப்பைக் குறித்தும் பல்வேறு விதங்களில் பயிற்சிகளை நடத்தினார்கள். ஒவ்வொருவரும் ஒவ்வொரு விதத்தில் சிறப்பாக வழிநடத்தினார்கள் என்றாலும், என்னை மிகவும் பாதித்தவர்கள் நௌசாத், ரோஷன், பேராசிரியர் ஹரிஷ்கண்ணா,

வீணா பாணி சாவ்லா, பேராசிரியர் அனுராதா கபூர், நடிகர் நாசர், பேராசிரியர் ராமானுஜம், பேராசிரியர் ராஜூ.

இவர்கள் ஒவ்வொருவரும் ஒவ்வொரு நடிப்பு பாணியைச் சொல்லித் தந்தார்கள். இவர்கள் பயிற்றுவிக்கும் முறையில் நான் பலநாள் மெய்மறந்து நின்றிருக்கிறேன். நம்முடைய பள்ளிகளிலும் கல்லூரிகளிலும் இவர்களைப் போன்று ஆசிரியர்கள் செயல் பட்டார்கள் என்றால் மாணவச் சமூகம் படைப்பாற்றலும் தீர்க்கமும் கொண்டு நிர்ணயித்த இலக்குகளை நோக்கி உத்வேகத்தோடு மேலெழும்பி நிற்கும். காலையில் ஆறு மணிக்கு சிலம்பம் சுற்ற ஆரம்பித்தால் நடுநிசியில் படுக்கைக்குச் செல்வோம். மொத்தம் நாங்கள் இருபத்தைந்து பேரில் ஏழு மாணவிகள். அதில் இரண்டு பேர் ஈழம். நாங்கள் ஒவ்வொருவரும் நாளைக்கென்ன, நாளைக்கென்ன என்ற ஆர்வத்தோடு கலந்து கொண்டோம். பயிற்சியாளர்கள் எங்களை அப்படி வைத்துக் கொண்டார்கள்.

முதல்நாள் முதல் வகுப்பை நௌசாத் எடுத்தார். அடுத்த பத்து நாட்கள் காலை டிபன் முடிந்ததும் இவரது வகுப்புதான். வழக்கம்போல நாங்கள் கூத்துப்பட்டறையில் செய்யும் தாளத்தில் கைதட்டுதல், பெயர்களைச் சொல்லி அறிமுகமாகுதல் எனும் பயிற்சிகளைத்தான் இங்கும் செய்தோம். எல்லா அரங்கப் பயிற்சியாளர்களும் பயிற்சியின் தொடக்கத்தில் மேற்கொள்ளும் வழமையான பயிற்சிகளிவை. இதற்குப் பிறகுதான் அவரது உண்மையான முகம் தெரிய ஆரம்பித்தது. மனிதர் உடல்ரீதியாக எங்களைப் பிழிந்தெடுத்து விட்டார். தொடக்கத்திலேயே இவரது பயிற்சி முறைகளால் ஈர்க்கப்பட்டேன். பயிற்சி தொடங்கின ஒருமணி நேரத்தில் எங்கள் ஒவ்வொருவரைக் குறித்தும் அவருக்கு ஆத்மார்த்தமான புரிதல் இருந்தது என்பதை அவரது செயல்களைக் கொண்டு என்னால் புரிந்துகொள்ள முடிந்தது. எதை யாருக்குச் சொன்னாலும் அவரது பெயரை அழுத்தம் திருத்தமாகச் சொல்லி அழைத்துத்தான் சொல்லுவார்.

வகுப்பிற்குள் நுழைந்த கனத்திலிருந்து வெளியேறும் வரை தன்னைப் புத்துணர்ச்சியோடு வைத்துக்கொள்வார். வெளியிலிருந்து வரும் எந்த சக்திக்கும் தன்னைப் பாதிக்கக் கொடுக்க மாட்டார். இந்த மனோதிடம் என்னை மிகவும் கவர்ந்தது. முதல்நாள் இவர் கொடுத்த அநேகப் பயிற்சிகளை நான் கூத்துப்பட்டறை நடிகர்

களோடு செய்திருக்கிறேன். அதே பயிற்சிகளை இங்கு இவரது மேற்பார்வையில் செய்யும் போது பயிற்சிகளின் உள்ளம்சத்தை என்னால் உணர்ந்து கொள்ள முடிந்தது. அதற்குக் காரணமாக நான் பார்த்தது கூத்துப்பட்டறையின் நடிகர்களிடம் பயிற்சிகளின்போது ஒரு விட்டேத்தித் தனம் இருந்தது. இங்கு அதை கொஞ்சமும் பார்க்க முடிந்ததில்லை. அதுமட்டுமில்லாது சொல்லிக் கொடுப்பவருக்குப் பயிற்சிகளைக் குறித்த தெளிவும், அதை அவரே செய்து காட்டும் தீர்க்கமும். இவை இரண்டையும் நான் கூத்துப்பட்டறையில் காணவில்லை.

நௌசாத்தின் பயிற்சிகள் பரத முனிவரின் நாட்டிய சாஸ்திரத் தினை அடிப்படையாகக் கொண்டு அமைந்திருந்தன. தலையைச் சுற்றும் பயிற்சியாக சமம், உத்வாஹிதம், அதோமுகம், ஆலோலிதம், துதம், கம்பிதம்ஷா, பரோவிதம், உக்ஷிப்தம், பரிவஹிதம் என்று மிக அழகாகப் பாடிச் செய்து காட்டினார். அவரது தலையின் அசைவுகளில் அவ்வளவு நளினம்! குறிப்பிட்ட தாளகதியில் சொல்லிக் கொண்டே செய்தும் காட்டினார். நாங்கள் அவரைப் பின்பற்றினோம். சிலரைத் தவிர, எங்களால் அவர் கிட்டத்திற்கு நெருங்கவே முடியவில்லை. மனம் சொல்லும் புள்ளியில் குரலும் செயலும் ஒன்றாக இணைந்து அவர் உடலின் வழியாகத் தன்னை அழகாக வெளிப்படுத்திக் கொள்ளும் ரசத்தைக் கண்டு வியந்து நின்றேன்.

அடுத்தடுத்த நாட்களில் தியான ஸ்லோகம், கடுமையான பயிற் சிகளின் வழியே எழும்பும் உடலின் வலியை சிரிப்பாக மாற்றுவது, அதன் வழியாக உடல், மனம் ஆகியவற்றின் எல்லைகளாக நமக்கு நாமே கற்பிதம் செய்து வைத்திருக்கும் எல்லைகளைக் கடப்பது, உடலையும் மனத்தையும் வெளியோடு இணைப்பது, நவரசங்கள், பாவங்கள் என்று ஒவ்வொரு நாளும் சக்திவாய்ந்த பயிற்சிகளைக் கொடுத்தார். உடல் வியர்த்து, அந்த வியர்வையின் நறுமணத்தில் இலயித்துக் கிடந்தோம். மனிதன் உழைப்பின் வழியாகக் கண்ட பேரானந்தத்தினை மொத்தக் குழுவும் அனுபவித்தோம். ஒரு மனிதன் தன்னை நடிகனாக உணர்ந்து, அந்த நடிகன் ஒரு பாத்திரத்தைத் தன்வழியாக உள்வாங்கி வெளிப்படுத்துவதற்கு இத்தனை நுணுக்கமான பயிற்சிகள் இருக்கின்றனவா என்று ஒவ்வொரு கணமும் வியந்தபடி கற்றுக் கொண்டோம்.

ஒருநாள் நௌசாத் சில குறுந்தட்டுக்களைப் போட்டுக் காண்பித்தார். அதில் ஜப்பானிய பாரம்பரிய நாடகம் ஒன்றிருந்தது. அதில் நடித்திருந்த நடிகர்களின் உடல், குரல், பேச்சு மொழி- அப்பப்பா... ஒரு நடிகனாக நான் கற்றுக்கொள்ள மேலுமொரு கடல் அளவு இருக்கிறது என்று தோன்றியது. கூடவே நௌசாத்தின் தனிநபர் நாடகத்தையும் பார்த்தேன். மனிதர் பயிற்சியில் எங்களை எப்படி ஒரு கட்டில் வைத்துக் கொண்டிருக்கிறாரோ அப்படியே பார்வையாளர்களையும் தனது நடிப்பால் கட்டிப் போட்டு விடுகிறார். இப்படியாக கணத்துக்குக் கணம் எங்கள் ஒவ்வொருவருக்குள்ளும் ஆழமான பாதிப்பைச் செலுத்திக் கொண்டிருந்தார் நௌசாத்.

இன்னொரு நாள் பக்கத்தில் இருந்த கடற்கரைக்கு அழைத்துச் சென்று வேடிக்கை பார்க்கச் சொல்லி ஒரு மணி நேரத்திற்கு அப்படியே விட்டு விட்டார். நாங்களும் எல்லாவற்றையும் வேடிக்கை பார்த்தோம். ஆனால் எதற்காக இதைப் பார்க்கச் சொல்கிறார்? முடிந்ததும் என்ன மாதிரியான கேள்விகளைக் கேட்கப் போகிறார்? என்கிற சிந்தனை பாரத்தோடு பார்த்ததனால் உள்ளதை உள்ளபடி என்னால் பார்க்க முடியவில்லை. பின்னர் பார்த்தது குறித்து பேசும்போதும், காட்சிகளாக செய்து பார்த்தபோதும் இதை நாங்கள் சிலர் நன்றாக உணர்ந்தோம். சுற்றியிருக்கும் எல்லாவற்றையும் திறந்த மனதோடு சும்மா வேடிக்கை பாருங்கள். சந்தை, அரசு மருத்துவமனை, ரெயில்வே ஸ்டேஷன் என்று ஜனக்கூட்டம் எங்கெல்லாம் இருக்கிறதோ அங்கெல்லாம் சென்று மனிதர்களையும் அவர்களது குணாம்சங்களையும் நன்றாக வேடிக்கை பாருங்கள் என்று வலியுறுத்தினார்.

கடைசி நாளின் தேநீர் இடைவேளைக்குப் பிறகு பயிற்சிக் கூடத்தை விட்டு எங்களை வெளியே அழைத்து வந்து செவ்வக வடிவில் இருந்த பால்கனியில் சுற்றி ஒவ்வொருவரையும் தூரம் தூரமாக நிறுத்தினார். நாங்கள் எல்லோரும் கட்டப்பட்ட நிலையில் இருக்கிறோம் என்றும் சொன்னார். சிலரை கீழே அழைத்துச் சென்றார். எங்களில் சிலர் கம்பிகளைப் பிடித்துக் கொண்டும் சிலர் உட்கார்ந்து கொண்டும் இருந்தோம். மொத்தச் சூழலும் அமைதியாக இருந்தது. கீழே நடுக்கூடம் வெறிச்சோடிக் கிடந்தது. சில நிமிடங்கள் கழித்து நடுக்கூடத்தில் ஒருவர் மெல்ல ஒரு படகினை ஓட்டிக் கொண்டுவர, அவருக்குப் பின்னால் சிலர் பிணங்களாக

ஊர்ந்து வந்துகொண்டிருந்தனர். இந்தக் காட்சி மேலிருந்த எங்கள் ஒவ்வொருவரையும் அவரவர் அளவில் பாதிக்கச் செய்தது.

என் நினைவிலோ ஒரு வேற்றுமொழித் திரைப்படத்தின் பலாத்காரக் காட்சி வந்துபோக சோகம் என்னை மெள்ளக் மெள்ள கவ்வியது. மனதில் ஒரு காட்சியும் கீழே நடுக்கூடத்தில் ஒரு காட்சியும் சேர்ந்து என்னை அழவைத்தன. மெள்ள அழத் தொடங்கிய என்னோடு பக்கத்திலிருப்பவனின் அழுகையும் சேர்ந்து கொள்ள கட்டுப்படுத்த முடியாத அளவிற்குச் சென்றுவிட்டேன். சிலர் மௌனமாக ஒரு காட்சியாகப் பார்த்துக் கொண்டிருந்தனர். கீழே இருப்பவர்களைக் காப்பாற்ற முடியாத இயலாமை எங்களை மேலும் மேலும் பீறிடும் துக்கத்திற்குத் தள்ளியது. சட்டென்று என்னை நானே 'இங்கு என்ன நடக்கிறது?' என்று கேட்க, சூழல் ஒருவருடைய மனநிலையை எப்படி பாதிக்கிறது என்பதை அனுபவித்துக் கொண்டிருக்கிறாய் என்று பதில் கிடைத்தது.

எழ முடியாது ஊர்ந்து கொண்டிருக்கும் ஒரு பலகீனப்பட்ட உயிரைத் தடித்த உருவம் ஒன்று எட்டி உதைக்கிறது. என்னிடமிருந்து நான்கு நபர்களைத் தாண்டி நிற்கும் ஒருவரால் அதைத் தாங்கிக் கொள்ள முடியவில்லை. அந்தத் தடியனை உதைத்து சாகடித்துவிட வேண்டும் என்று ஆத்திரம் கொண்டு கர்ஜிக்கிறார். நான் எதுவும் செய்ய முடியாத நிலையில் இருப்பதை நினைத்து வெறுமனே சத்தம்போட்டு அழுகின்றேன்.

நாங்கள் எல்லோரும் கீழே செல்கிறோம். எங்களுக்கு எதிரே பிணமும் பிணத்துடன் வந்த ஆட்களும் வருகிறார்கள். அவர்களை நாங்கள் தொடக்கூடாது என்று சொன்னதால் நாங்கள் அமைதியாக அதே நேரத்தில் பொங்கும் பகைத்தீயை நெஞ்சில் சுமந்தபடி மௌனமாய்க் கீழிறங்கிச் செல்கிறோம். அங்கு இன்னும் சில பிணங்களையும், ஒரு உயிர் ஊர்ந்து சென்ற இடத்தினையும், பிணங்கள் மிதந்த இடத்தையும் பார்க்கும்போது எங்களது மனங்களில் சொல்ல முடியாத அளவுக்குத் துக்கம் வெடித்துச் சிதறுகிறது.

இப்பொழுது நாங்கள் கீழே அழுது கொண்டிருக்கிறோம். மேலே நபர்கள் இருக்கிறார்கள். நாங்கள் அவர்களிடமிருந்து கைகளேந்தி அபயம் கேட்டுக் கதறுகின்றோம். இப்பொழுது அவர்கள் உதவமுடியாத சூழ்நிலையில் இருக்கின்றார்கள். பின்னர்

அவர்களும் அங்கிருந்து மறைந்திடவே, நாங்கள் மேலும் கதற ஆரம்பித்து விட்டோம். அப்படியே அந்த இடத்திலேயே உட்கார்ந்து கொண்டு அழ ஆரம்பித்து விட்டோம்.

பிறகு ஒருவர்பின் ஒருவரென தோள்பட்டையைப் பிடித்தபடி அறைக்குள் நுழைந்தோம். அங்கே நான்குபேர் படுத்துக் கொண்டிருந்தார்கள். இந்த நால்வரும் கீழே பிணமாக இருந்தவர்கள். அவர்கள் படுத்துக் கொண்டிருந்த தோரணையைப் பார்த்ததும் எனக்குச் சிரிப்பு வந்து விட்டது. என்னைப் பார்த்து இன்னொருவரும் சிரிக்கிறார். ஆனால், வளர்மதி என்கிற ஈழத்து சக மாணவி குபீரென்று வெடித்து அழத்தொடங்கியது. எங்களது சிரிப்பை அவள் தனது ஈழத்தின் மீதான ஏளனமாகப் பார்த்து விட்டாள் போலும். வெடித்து வெடித்து அழுகிறாள். அவளுடைய அழுகை எங்கள் எல்லோருடைய அழுகையாக மாறிக்கொண்டிருந்த சமயத்தில் நெளசாத்...

“இதுவரைக்கும் நடந்தவற்றை மறந்து விடுங்கள். இறந்த காலமுமில்லை. எதிர்காலமுமில்லை. நிகழ்காலம் மட்டுமே. நடுவில் இருக்கும் அந்த விளக்கைப் பார்த்துச் சிரியுங்கள்” என்றார். எல்லோரும் மெள்ள மெள்ள இயல்பு நிலைக்குத் திரும்பி புன்முறுவலித்தார்கள். ஏனோ இப்பொழுது எனக்கு சிரிப்பு வரவில்லை. வளர்மதியின் விசும்பல் எனது குற்ற உணர்வைக் கிழித்துக் குதறிக் கொண்டிருந்தது. எல்லோரையும் எழுந்து சென்று கண்ணாடி வழியாக ஒளிவீசும் உலகத்தைப் பார்க்கச் சொன்னார் நெளசாத். என்னால் மட்டும் நெடுநேரத்திற்கு அந்தச் சோகத்திலிருந்து வெளியே வரமுடியவில்லை.

மாணவப் பார்வை

நடிப்புக்கு என்று வாலறிவன் அவர்களை அறிமுகப்படுத்தினார் எங்கள் ஆசிரியர் அருண்.மோ அவர்கள். பத்து வகுப்புகளில் எனக்கு என்னையே அறிமுகப்படுத்தி வைத்தார். *innocence* ஒரு கலைஞனுக்கு எவ்வளவு முக்கியம் என்றும், கற்பனைத் திறன் ஒரு நடிகனுக்கு என்னவெல்லாம் கொடுக்கும் என்றும் மிக எளிமையாகப் புரிய வைத்தார். என் சுயத்திலிருக்கும் என்னையும், சமூகத்தையும் பிரித்துக் காண்பித்தார்.

நான் பெருமைக்காகச் சொல்லவில்லை; வாலறிவன் என் வாழ்வில் வந்த பிறகு தான் நான் நிறையவே என்னை மாற்றிக் கொண்டேன். சொல்லல்ல, செயல்தான் என்பதை எனக்குப் புரியவைத்தவர். இவரைப் பற்றி, இவரின் கற்றுக்கொடுக்கும் முறையைப் பற்றிச் சொல்ல இந்த இடம் போதாது.

இவரைக் கடந்து போகும் அனைவருக்கும் நடிப்பு பற்றின புரிதலைத் தாண்டி தன்னைப் பற்றின புரிதலை ஏற்படுத்துவது இவரின் தனிச்சிறப்பு.

நன்றி சார்.
- லோகேஷ் MBA
படிமை மாணவர்
தமிழ் ஸ்டூடியோ
மதுரை

மகிழ்ச்சி அடையக்கூடிய பொருளல்ல. மகிழ்ச்சியைக் கண்டடைய முடியாது. அது அச்சமில்லாத இடத்தில், வாழ்க்கை அர்த்தப்படுத்தும் உடன்விளைவாக இருக்கிறது.

- ஜே. கிருஷ்ணமூர்த்தி

கர்ப்பவதம்

ஞாயிற்றுக்கிழமை இரவே என்னுடைய நைட் பேண்ட்டைக் கந்தல் கந்தலாகக் கிழித்து டீ தூளில் ஊறப்போட்டுக் காயவைத்துவிட்டேன். முட்டையின் வெள்ளைக் கருவைத் தலையில் தடவிக்கொண்டு, உடம்பெல்லாம் விளக்கெண்ணெயைப் பூசிக்கொண்டு மணலில் நன்றாக உருண்டு விட்டுப் படுத்துக் கொண்டேன். உறக்கம் வரவில்லை. இரவெல்லாம் முழித்துக் கொண்டிருந்தேன். விடிந்தது.

சாந்தா யாரையோ ஏர்போட்டில் பிக்கப் செய்ய வேண்டி வாடகைக் காரை வரவழைத்திருந்தார். ஆறு மணியளவில் அந்தக் காரில் ஏறிக்கொண்டு ஏவிஎம் தியேட்டருக்குப் பின்னிருக்கும் விஜயராகவபுரம் வாட்டர் டேங்கில் இறங்கிக் கொண்டேன்.

அங்கிருந்து நடக்கத் தொடங்கினேன். எல்லோரும் என்னையே வேடிக்கை பார்த்தார்கள். அவர்கள் என்னைப் பார்க்கும் விதங்களுக்கு என் மனம் எப்படி வினைபுரிகிறது என்று விழிப்போடு கவனித்துக் கொண்டே நடந்தேன். வடபழனி லக்ஷ்மன் ஸ்ருதி சிக்னல் வந்தது. அதன் இடது பக்கவாட்டில் இருந்த சாலைமேட்டில் கொஞ்ச நேரம் சிக்னலில் நின்று செல்லும் மனிதர்களை வேடிக்கை பார்த்துக் கொண்டே இருந்தேன்.

அந்த இடத்தில் குறிப்பிட்டு உட்காருவதற்கு ஒரு காரணம் இருக்கிறது. சில மாதங்களுக்கு முன்பு தேவநேய நூலகத்திற்குப் போய்விட்டு கூத்துப்பட்டறைக்குத் திரும்பிக் கொண்டிருந்தேன். இரவு ஏழு மணி என்பதால் இந்த இடத்தில் பயங்கர ஜனக்கூட்டம். நான் இறங்கி சைக்கிளை நடைமேடையில் தள்ளிக்கொண்டு வந்தேன். அப்பொழுதுதான் கவனித்தேன். நான் உட்கார்ந்திருக்கும்

இந்த இடத்தில் ஒரு நிறைமாத கர்ப்பிணிப் பெண் வெறும் பாவாடையோடு உட்கார்ந்திருந்தாள். அவளுக்குக் கொஞ்சம் தள்ளினாற் போல் அவளது சிறு வயது மகன் ஜனங்களிடம் காசு கேட்டு யாசித்துக் கொண்டிருந்தான்.

அந்தப் பெண்ணின் தலையில் அடிபட்டிருந்தது. அவள் அதைப் பொருட்படுத்தாது உட்கார்ந்தபடியே தன்னை ஒட்டி வருவோர் போவோரிடம் பிச்சை கேட்டுக்கொண்டிருந்தாள். நான் அந்தக் கர்ப்பிணியையே பார்த்துக் கொண்டிருந்தேன். என்னிடம் சுத்தமாகக் காசில்லை. அங்கேயே நின்று கொண்டிருந்த என்னை அந்தச் சிறுவன் பார்த்துவிட்டான். அவனுக்குக் கோபம் வந்துவிட்டது. ஒரு கல்லை எடுத்துக்கொண்டு என்னை விரட்ட வந்தான். நான் அங்கிருந்து கிளம்பிவிட்டேன்.

கெங்கையம்மன் கோவில் வழியாக நுழைந்து சூர்யா மருத்துவ மனை வழியில் கூத்துப்பட்டறைக்கு சைக்கிளைத் தள்ளிக்கொண்டே வந்து சேர்ந்தேன். வரும் வழியில் அந்தக் கர்ப்பவதியை யோசித்துக் கொண்டேன். அவளை எவன் ஏமாற்றியிருப்பான்? அவள் ஏன் மேடு தட்டும் வயிற்றைக் கூட மறைக்காது வெறும் பாவாடையும், ரவிக்கையுமாக லஜ்ஜை கெட்டு உட்கார்ந்திருக்கிறாள்? எங்கிருந்து எப்படி இங்கு வந்து சேர்ந்தாள்? இந்தச் சிறுவனுக்கு ஏன் இவ்வளவு கோபம் வருகிறது? அந்தச் சிறுவன் இந்தப் பிஞ்சு வயதுக்குள்ளேயே பார்க்கக்கூடாத கசப்புகளைப் பார்த்திருப்பான் போலும். அதுதான் தன் தாயை ஒருவன் நின்றுகொண்டு பார்க்கும் பார்வையை அவனால் ஏற்றுக்கொள்ள முடியவில்லை. இப்படியெல்லாம் யோசித்தபடியே மிகச் சரியாக அந்த கர்ப்பவதி உட்கார்ந்திருந்த அதே இடத்தில்தான் வந்து உட்கார்ந்தேன். நடிப்பு வகுப்பில் “இடத்தோடும், காலத்தோடும் நடிகன் தன்னைப் பொருத்திப் பார்த்துக்கொள்ள வேண்டும்” என்று சொல்லிக்கொடுத்ததை நினைத்துக்கொண்டு முயன்றுப் பார்த்தேன். என் வயிற்றில் ஒரு குழந்தை உதைப்பது போல ஒரு பிரமை. நான் ‘சட்’டென்று எழுந்து அங்கிருந்து நடக்கத் தொடங்கினேன். அப்படியே அசோக் நகர் போலீஸ் ஸ்டேஷன் வழியாக, துரைசாமி பாலத்தைக் கடந்து மாம்பலம் ரெயில்வே ஸ்டேஷனில் மின்சார ரயிலேறி எக்மோரில் இறங்கினேன்.

அந்தப் பயணம் முழுவதும் நானாகவும், கர்ப்பவதியாகவும் மாறி மாறி இருந்து கொண்டிருந்தேன். எக்மோரிலிருந்து சென்ட்ரலுக்கு வந்து பிளாட் ஃபாரங்களில் கொஞ்ச நேரம் படுத்துக்

கொண்டிருந்தேன். ஸ்டேஷனுக்கு வெளியே கொஞ்ச நேரம் படுத்துக் கொண்டிருந்தேன். அதிகாலை இளம் வெயில் முகத் திலடிக்க எழுந்து அப்படியே பூக்கடை வழியாகக் கோட்டைக்குச் சென்று கோட்டையிலிருந்து ரயிலேறி மீண்டும் எக்மோருக்கு வந்த டைந்தேன். இதுவரைக்கும் நான் யாரிடம் பிச்சை கேட்டாலும் என்னை ஒருமுறை பார்த்துவிட்டு இல்லை என்பதுபோல என்னைக் கடந்து போய்க் கொண்டிருந்தார்கள். என்னைப் பார்த்தால் ஒரு பிச்சைக்காரனைப் போலத் தெரியவில்லையோ என்கிற சந்தேகம் எனக்கு வந்துவிட்டது.

எக்மோரில் இறங்கியதும் ஒரு பைத்தியக்காரனைப் போல நடிக்கத் தொடங்கினேன். ஆட்களிடம் "பசிக்குது பாலு, பன்னு முட்டாயி" என்று வார்த்தைகளைத் துண்டு துண்டாகச் சொல்லி கேட்டேன். அவர்களும் ஒரு பரிதாபப் பார்வையைப் பார்த்துவிட்டு விலகிக் கொண்டார்கள். கொஞ்ச தூரம் சென்றதும் ஆட்டோ ஸ்டேண்டில் நின்றிருந்த ஒரு டிரைவர் 'ஹேய்' என்று சத்தம் போட்டு அழைத்தார். அவர் அழைத்தது எனக்கு சந்தேகத்தைக் கொடுத்தது. அவருக்கு என் மீது சந்தேகம் இருப்பதாக எனக்குத் தோன்றியது. அங்கிருந்து ஒரே ஓட்டம்தா! உடனே எல்லா ஆட்டோ டிரைவர்களும் சேர்ந்து கொண்டு கூட்டமாக விரட்டிக் கொண்டு வந்தார்கள். நான் அவர்கள் கையில் சிக்கவில்லை. ஒரே ஓட்டம் தாய் சேய் மருத்துவமனை வழியாக கமிஷ்னர் அலுவலகத்திற்குப் பக்கத்தில் வந்து நடைமேடையில் உட்கார்ந்து மூச்சு வாங்கினேன்.

பக்கத்தில் ஒரு பிச்சைக்காரர் ரொம்பவும் நொந்து போயிருந்த சோற்றை அப்பொழுதுதான் உட்கார்ந்து சாப்பிடத் தொடங்கி யிருந்தார். நான் அவருக்குப் பக்கத்தில் நகர்ந்து 'எனக்குப் பசிக்குது' எனும் பாவத்தை முகத்தில் தேக்கிக்கொண்டு அவரைப் பார்த்தேன். அவர் அந்தச் சோற்றை அப்படியே வைத்துவிட்டுச் சென்றுவிட்டார். எனக்கு என்ன செய்வதென்றே தெரியவில்லை. 'சட்'டென்று தாக்கப் பட்டது போல் நிலையிழந்து தவித்தேன். பின்பு சுதாரித்துக் கொண்டு அங்கிருந்து எழுந்து புதுப்பேட்டை வழியாக நடக்க ஆரம்பித்து விட்டேன். ஆனாலும் மனதின் ஓரத்தில் 'ஒருவரது சாப்பாட்டில் மண்ணள்ளிப் போட்டு விட்டோமே...' என்கிற குற்ற உணர்வு இருந்து கொண்டே இருந்தது.

நொதிந்து நாள்பட்ட நாற்றமடிக்கும் இந்தச் சோற்றைச் சாப்பிட அந்த மனிதரால் எப்படி முடிந்திருக்கும் என்பதுதான்

என்னுடைய கேள்வி. கேசினோ தியேட்டரை நெருங்கும் வரை இதையேதான் சிந்தித்துக் கொண்டு நடந்தேன். இதற்கிடையில் சிறுவர்கள் தொங்கும் என் பேண்டை இழுத்து பைத்தியம்... என்று கெக்கலித்தார்கள். நான் அவர்களைக் கண்டு கொள்ளவில்லை. அவர்களுக்குப் பதில் கொடுத்தால் அதன் விளைவுகள் இந்த இடத்தில் என்னவாக வேண்டுமானாலும் இருக்கலாம் என்று நினைத்துக் கொண்டு வேகமாக நடந்து கொண்டே வந்தேன். கொஞ்ச தூரத்திற்குப் பின்னால் வந்த சிறுவர்கள் நின்று விட்டார்கள்.

கேசினோவைத் தாண்டி சிக்னலில் வந்து நின்றேன். அப்பொழுது புதிய சட்டமன்ற கட்டிடம் கட்டப்பட்டிருக்கவில்லை. நான்கு திசைகளிலிருந்தும் எல்லோரும் என்னையே பார்த்துக் கொண்டிருக்கிறார்கள் என்கிற பிரமை எனக்கு. என்ன ஏதென்று தெரியவில்லை. 'ஓ'வென்று அழுகவேண்டும் போலிருந்தது. உள் மனதோ எதுக்கு இப்போ இவ்ளோ எமோஷன் என்று கேட்டு எச்சரித் தாலும் அழுகை வந்தே விட்டது. வேண்டுமென்றே சத்தம்போட்டு அழுதேன். இப்பொழுதுதான் எல்லோரும் என்னைப் பார்த்தார்கள். உடனே உதடுகளை மட்டும் சிரிப்பது போல் பற்கள் தெரியும்படி இளித்துக் காட்டினேன். பார்த்துக் கொண்டிருந்தவர்களில் சிலர் சிரித்தார்கள். ஒருவர் மட்டும் 'முட்டாள் முட்டா'ளென்று தலையில் அடித்துக் கொண்டார். எனக்கு இப்பொழுது உண்மையிலேயே உள்ளுக்குள் சிரிப்பு முட்டிக் கொண்டு வந்தது.

அங்கிருந்து அழுதுகொண்டும் சிரித்துக் கொண்டும் நடந்து தேவி தியேட்டருக்குள் நுழைந்தேன். சும்மா எந்தத் திட்டமுமில்லாமல் டிக்கெட் கௌண்டருக்குப் பக்கத்தில் போய் நின்றேன். ஒருவர் பக்கத்தில் வந்தார். அவரிடம் கேட்டால் காசு தருவார் என்று என் உள்மனசு சொன்னது. சும்மா கையை நீட்டினேன். அவர் என்ன என்பதுபோல் என்னைப் பார்த்தார். 'எனக்கு ரொம்பப் பசிக்குது என்பதுபோல் என் முகத்தில் காட்டினேன். வா' என்று சொல்லி விட்டு முன்னால் அவர் நடக்க, பின்னாலேயே ஒரு பைத்தியத்தின் நடையில் சென்றேன். தேவி தியேட்டருக்கு வெளியே வலது பக்கத்தில் ஒரு பெட்டிக் கடை இருந்தது. அந்தக் கடையில் ஒரு பார்லேஜி பிஸ்கெட் பாக்கெட்டும் ஒரு வாழைப்பழமும் வாங்கிக் கொடுத்து விட்டுச் சென்று விட்டார். மணி பன்னிரண்டு இருக்கும் என்று நினைக்கிறேன். மே மாதம் கத்திரி வெயில். அப்பாடா

இதாவது கிடைத்ததே என்கிற ரீதியில் அதை வாங்கிச் சாப்பிடத் தொடங்கினேன்.

பக்கத்திலேயே ஒரு ஓட்டல் இருக்கிறது. அதன் வாசலில் ஒரு குள்ளர் ஒருவர் உட்கார்ந்து பிச்சை கேட்டுக் கொண்டிருந்தார். நான் அவருக்கு எதிர்ப் பக்கமாக ஓட்டலின் வலது பக்கத்தில் உட்கார்ந்து கொண்டு, அந்தக் குள்ளரிடம் ஒரு பிஸ்கட்டை நீட்டினேன். அவன் உடனே 'ஒங்கோத்தா... எழுந்து போடா வெண்ணெ' என்றார். எனக்குப் புரிந்துவிட்டது. அவரது சோற்றில் மண்ணைப் போட வேண்டாமென்று அங்கிருந்து கிளம்பி சுகுண விலாச சபாவைத் தாண்டி இடது பக்கச் சாலை வழியாக இப்பொழுது எக்ஸ்பிரஸ் அவென்யூ இருக்கும் வழியாக மெரினா பீச்சை அடைந்தேன். உச்சி வெயில் என்னைச் சுட்டுப் பொசுக்கிக் கொண்டிருந்தது.

நான் போட்டிருந்த திட்டப்படி இங்கு வந்து சேர்வதற்கு சாயங்காலம் ஐந்தாகிவிடும் என்றிருந்தது. ஆனால் இப்பொழுது மணி ஒன்று. என்ன செய்வதென்று எனக்குப் புரியவில்லை. மெரினாவை ஒருமுறை நோட்டமிட்டேன். மூட்டை மூட்டையாகக் கட்டப்பட்டிருக்கும் ஒவ்வொரு கடையின் நிழல் பக்கத்திலும் ஒரு காதல் ஜோடி காதலில் மூழ்கியிருந்தது. எனக்குள் பொறி தட்டியது. எழுந்து சென்று ஒரு காதல் ஜோடியின் பக்கத்தில் போய் நின்று பசிக்குது... என்று திரும்பத் திரும்பச் சொல்லிக் கொண்டே நின்றேன். அவன் தனது பாக்கெட்டிலிருந்த ஐந்து ரூபாய் நாணயத்தை எடுத்து வீசினான். எடுத்துக்கொண்டேன். இப்படியே பதினைந்து ஜோடிகளைத் தொந்தரவு செய்தேன். கையில் ஒரு முப்பது ரூபாய் சேர்ந்திருந்தது. மணி நான்கைத் தொட்டிருந்தது.

எனக்கு மீண்டும் அந்த கர்ப்பவதி நினைவுக்கு வந்தாள். இன்னும் கொஞ்ச நேரத்தில் பிரசவித்துவிடும் ஓர் அவஸ்தையின் சித்திரம் மனதில் தோன்றியது. நான் உடனே என் வயிற்றின் மேல் மண்ணை அள்ளிப் போட்டு, கர்ப்பிணியின் வயிற்றினைப் போல் தோற்றம் கொள்ளும் அளவிற்கு மண்ணைக் குவித்துக் கொண்டு பிரசவ வலியால் கத்தினேன், கதறினேன். 'குழந்தையை வயிற்றிலிருந்து வெளியே எடுத்துப்போட யாராவது வந்து உதவுங்களேன்' என்று கூடி நின்ற கூட்டத்தினரைப் பார்த்துக் கெஞ்சினேன். எல்லோரும் வேடிக்கை பார்த்துக் கொண்டு நின்றார்கள். அவர்களுக்குள்ளாகவே விவாதித்துக் கொண்டார்கள்.

நான் தொடர்ந்து எனது அவஸ்தையைக் குரல் வழியாகவும், உடல் வழியாகவும் வெளிப்படுத்திக் கொண்டேயிருந்தேன். அதே நேரத்தில் மனதிற்குள் இந்தத் தாயும், குழந்தையும் இந்த மண்ணில் வந்து செய்யவேண்டியது என்ன இருக்கிறது என்ற கேள்வி எழுந்தது. உடனே பலவிதமான பதில்கள் எழுந்தாலும் எந்த பதிலும் என்னைத் திருப்திப் படுத்தவில்லை. வலி தாங்க முடியாது காந்தாரியைப் போல வயிற்றை என் இரண்டு கைகளாலும் பலமாக ஓங்கிக் குத்திக்கொண்டேன். ஓலமும் கேவலுமாக வெடித்துச் சிதறி தாயும், சேயுமாகச் செத்துப்போனேன். கிட்டத்தட்ட இருபது நிமிடங்கள் அப்படி அமைதியாக மணலுக்குள்ளேயே படுத்துக்கொண்டிருந்தேன்.

அப்பொழுது நண்பர் கிருஷ்ணமூர்த்தி எஸ்ஆர்எம் கல்லூரியில் விஸ்காம் படித்துக்கொண்டிருந்தார். அவர் தனது நண்பர்களோடு என்னைப் பின்தொடர்ந்து வந்து வீடியோ எடுத்துக்கொண்டு வந்தார். நான் மணலில் தூங்கிக்கொண்டிருந்த சமயத்தில் இதை வேடிக்கை பார்த்துக்கொண்டிருந்த சிலரிடம் அவர் அபிப்ராயம் கேட்டு ஷூட் செய்து கொண்டிருந்தார். அதில் ஒருவர் “இவனுக்கு இதே பொழப்பா போச்சு சார். நானும் ஒரு மாசமாப் பாத்துக்கிட்ருக்கேன். தினமும் இதே ரகளதான். ஏதொ மனநிலை பாதிச்சவன்போல தெரியுது. போலீஸ்காரங்களும் பாத்துட்டு எதுவும் கேட்காம அப்படியே விட்டுட்டுப் போயிடுறாங்க. ஒருநாள் இல்ல ஒருநாளு இதே கரையில பொணமா வந்து மிதக்கப்போறான் பாருங்க.” என்றார்.

இன்னொருவர் “இவங்க மாதிரியான ஆளுங்களுக்கு அரசாங்கம் மருத்துவ வசதிகளை செஞ்சு தரணுங்க. யாரு பெத்த புள்ளையோ, எங்கிருந்து வந்தாரோ, இவர பெத்தவங்க என்ன பாடு படுறாங்களோ, பாக்குறதுக்கே சகிக்கலங்க. என்னால என்ன பண்ண முடியும்னு எனக்கு சரியா தெரியல. அதுமட்டுமில்ல லீவு கிடைக்கிறதே ஒரு சண்டே. இந்த சண்டேவும் இந்த மாதிரி விஷயங்கள்ல செலவு பண்ணிட்டேன்னா என் வீட்டுல என்ன சும்மா விடமாட்டா பாருங்க” என்றார். அவருக்குப் பக்கத்தில் இருந்த குடும்பம் சிரிக்கும் சப்தம் எனக்கு நன்றாகவே கேட்டது.

குணா (எ) குணசேகரன்
காணவில்லை
பெயர்   :   குணா (எ) குணசேகரன்
வயது   :   31

அடையாளம்: கன்னத்தில் காசளவு மச்சமொன்று காணப்படும்

காணாமல் போனபோது நீல நிற டீ _ ஷர்ட்டும்

கறுப்பு நிற பேண்டும் அணிந்திருந்தான்.

பேருந்து நிலைய சுவரொட்டியைப் படித்து முடித்துத் திரும்பியபோது எதிரே குணசேகரன் நின்று கொண்டிருக்கிறான். சற்றே மனநிலை பிசகியவர் எனக் குறிப்பிடப்பட்டிருந்த படியால் தயக்கத்தோடே அணுகினேன். ஏகாதிபத்தியத்தின் அத்துமீறல்களுக்கும் ஆக்கிரமிப்புகளுக்கும் எதிராய்க் கண்டனம் சொன்னான். நிலத்தடி நீர் உறிஞ்சப்படுவது குறித்து வருத்தம் தெரிவித்தான். புறநானூற்றில் தொடித்தலை விழுத்தண்டினார் பாடலொன்றைக் குறிப்பிட்டுப் பேசினான். 'பிகாசோ ஓவியங்களைப் பார்த்திருக்கிறீர்களா?' என வினவினான்.

பாவம் அந்த வீடு...
குணாவை வைத்துக்கொண்டு என்ன செய்யப்போகிறது?
பாவம் குணா...
அந்த வீட்டை வைத்துக்கொண்டு
என்ன செய்யப் போகிறான்?
வயிற்றை நிரவிக் காட்டி
பசிக்குது என்றவனுக்கு
உணவுபசரித்துக் கொண்டிருக்கிறேன்
காண்போர் தகவல் தெரிவிக்க வேண்டிய
தொலைபேசி எண் ஒன்று
சுவரொட்டியின் கீழே தரப்பட்டுள்ளது
நீங்கள் சரியென்று சொன்னால்
அவனை வீட்டில் சேர்த்துவிடலாம்.

- இசை

மாணவப் பார்வை

“சும்மா அழு, சும்மா சிரி” என்றார். அழுதேன், சிரித்தேன். ஆனால், என்னிடமிருந்து வந்த அந்த அழுகையும் சிரிப்பும் என்னுடையவையாக இல்லாமல் அந்நியமாகத் தெரிந்தன. இயல்பாக இல்லாமல் விகாரமாகப் பட்டது. என்னைப் பார்த்துக் கேட்டார்.

“நீ பொறந்ததிலிருந்து இருக்குற அதே வாய், அதே கண்ணு. நீ பொறந்ததிலிருந்து அந்த வாயால சிரிச்சிருக்குற, அந்தக் கண்ணால அழுதிருக்குற. இப்ப நடிக்கும்போது மட்டும் ஏன் அழமுடியல? ஏன் சிரிக்க முடியல?”

முதல் வகுப்பில் கேட்ட இந்தக் கேள்விக்குப் பத்தாம் வகுப்பில் பதில் கிடைத்தது.

ஒவ்வொரு வகுப்பும் இலக்கைத் தீர்மானித்து நடத்தப்படும் வகுப்பு. ஆங்கிலப் பெயர்களைச் சொல்லி பயமுறுத்தாமல் எளிமையாக நம்முடைய பாரம்பரியத்திருந்து உதரணங்களை எடுத்துச் சொல்லி நடத்தப்படும் ஆர்கானிக் வகுப்புகள்.

சொல்லோட உள்ளர்த்தத்த தொனியில ஏத்துற வித்தைய நீங்க சொல்லிக்கொடுத்த விதம் செம்மையான மொமெண்ட், வாலறிவன் சார்.

- அருண் பிரகாஷ்,
திருவண்ணாமலை

Kpp's
Thatthavum Yerumaimaadum
© 06 : Mohan Das Vadakara

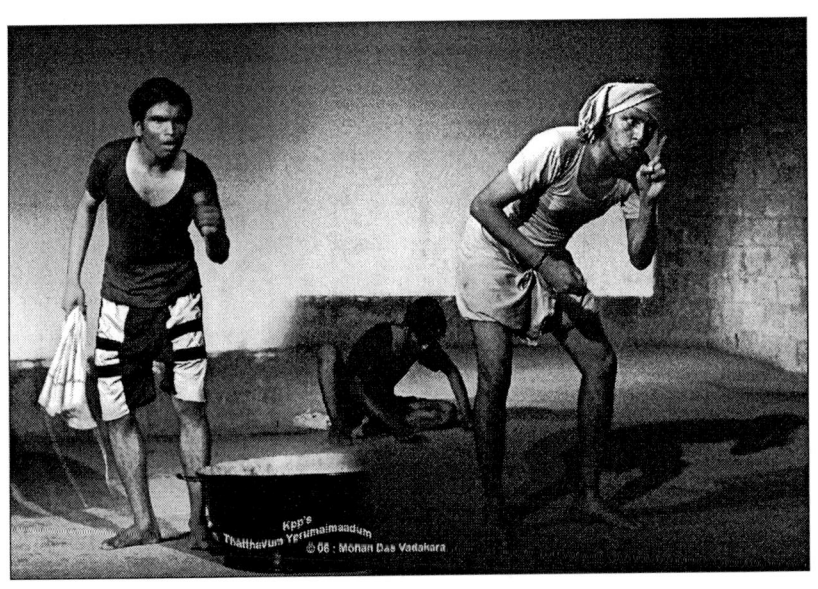

ஒவ்வொரு செயலைச் செய்வதற்கும் எது சிறந்த நேரம்? ஒரு பணியை இணைந்து மேற்கொள்வதற்கான முக்கியமான நபர்கள் யார்? எப்போதுமே செய்ய வேண்டிய முக்கியமான பணி எது? இந்த மூன்று கேள்விகளுக்கான பதிலை ஓர் அரசர் தேடினார். அவசரகதியான வாழ்க்கையில் எதையாவது சாதிப்பதற்காக ஓடிக்கொண்டிருக்கும் பலரும் இந்த மூன்று கேள்விகளுக்குப் பதிலைத் தெரிந்துகொள்ள முயன்றுகொண்டிருக்கிறார்கள்.

மிகச் சிறந்த நேரம் என்பது இக்கணம் தான். மிக முக்கியமான நபர் என்பவர் எப்போதும் உங்களுடன் இருப்பவர்தான். மிக முக்கியமான பணி என்பது உங்களுடன் சேர்ந்து பயணிப்பவரை மகிழ்ச்சிப்படுத்துவதுதான்.

- திக் நியட் ஹான்.

'ஆன்மா எனும் புத்தகம்' நூலிலிருந்து...

செம்மல் பாலா

பட்டறையில் சிலம்பம் சுற்றுவதில் செம்மல் பாலா கெட்டிக் காரர். இவர் கம்பெடுத்துச் சுற்றத் தொடங்கினால் வீச்சின் தொனி காற்றில் ஏறிவந்து காதுகளைக் கிழிக்கும். பாலாவின் உடல் மிகவும் நெகிழ்வுத்தன்மை கொண்டது. பட்டறையில் நடக்கும் எல்லாப் பயிற்சிகளிலும் தவறாமல் கலந்து கொண்டாலும், உடலை முதன்மைப் படுத்தி நடக்கும் பயிற்சிகளுக்கு மிகுந்த முக்கியத்துவம் கொடுப்பார். நல்ல குரல் வளம்! அவரது உடம்பு யோகாசனங்களில் நல்ல தேர்ச்சி பெற்றிருந்தது. கூரைகளில் தூளிக்கயிறு கட்டி சாகசம் காட்டும் 'அக்ரோபயாட்டிக்' எனும் கலையிலும் தேர்ந்தவர். ஜிம்னாஸ்டிக், தேவராட்டம், தவில் ஆகியவற்றிலும் ஆர்வத்தோடு ஈடுபடுவார். ஒன்றிரண்டு நாடகங்களுக்கு ஒளியமைப்பும் செய்திருக்கிறார்.

'இதுதான் எனக்குத் தெரியுமே...' என்று எப்போதும் நிறை வடையாத மனது பாலாவுடையது. நடிகன் தொடர்ந்து கற்றலில் இருக்க வேண்டும் என்று ந.முத்துசாமி வலியுறுத்தி வந்ததை அப்படியே பின்பற்றியவர். தேடித் தேடிப் புதிய விசயங்களைக் கற்றுக் கொண்டே இருந்தவர். 'அழகிய தீயே,' 'பட்டியல்,' 'சிந்தனை செய்,' 'செம்பட்டை' போன்ற படங்களில் அவரது நடிப்பாற்றலை அவருக்கே உரிய தனித்துவத்துடன் வெளிப்படுத்தி இருப்பார்.

மேடை நடிப்புக்கும், சினிமா நடிப்புக்கும் உள்ள வித்தியாசத்தை நன்றாகப் படித்துப் புரிந்து வைத்திருந்தவர். நாடகங்களில் அவர் நடிக்கும்போது அவர் ஏற்று நடிக்கும் பாத்திரத்தை வடிமைத்துக் கொள்ள அதிகமான சிரத்தை எடுத்துக் கொள்வார். ஆனந்த விகடன் பவளவிழாப் பரிசுத் திட்டத்தில் வெளிவந்த முத்திரைக் கதைகளில் ஒன்றான பூ சொல்விளங்கும் பெருமாளின் 'கொடிமர'த்தை நான் தேர்ந்தெடுத்துக் கொடுக்க, அக்கதையின் பிரதானப் பாத்திரங்களாக

விமலும், மீனாட்சியும், பாலாவும் நடித்து பாலகிருஷ்ணன் இயக்கத்தில் கூத்துப்பட்டறை வைகாசித் தெருவில் இருந்தபோது மேடையேற்றினார்கள்.

நடுத்தர வர்க்கத்துக் குடும்பஸ்தனின் வீட்டுக்கு முன்னால் ஒரு அரசியல் கட்சியின் அடியாள் கட்சிக் கூட்டம் நடத்துவதற்காக அனுமதி கேட்டுப் பந்தல் போடுவான். கூட்டம் முடிந்து பத்து நாட்களாகியும் பந்தலைப் பிரிக்கவில்லை என்று குடும்பஸ்தன் அடியாளிடம் கேட்க, அவன் காசுகொடுத்தால் பிரிக்கிறேன் என்று அராஜகம் பண்ணுவான். குடும்பஸ்தன் எப்படியெல்லாமோ கெஞ்சுவான். அடியாள் கொஞ்சமும் பிடி கொடுக்க மாட்டான். இறுதியில் குடும்பஸ்தன் பணத்தைக் கொடுத்துப் பந்தலைப் பிரிப்பான். குடும்பஸ்தனாக விமல் நடித்திருந்தார். அடியாளாக பாலா நடித்திருந்தார். அரசியல் கட்சிகளில் உள்ள அடிபொடியன்களை அப்படியே கண்முன் கொண்டு வந்து நிறுத்தினார் பாலா.

சில நாட்கள் கழித்து "இந்த அடியாள் பாத்திரத்தை எப்படி வடிவமைச்சீங்க?" என்று கேட்டதற்கு, "கொத்தால்சாவடியில மூட்டதூக்குற ஒருத்தர ஒருவாரமா போயி கவனிச்சேன். அதெ அப்படியே பாடியில கொண்டு வந்தேன். அங்க இங்க கொஞ்சம் கற்பனையக் கலந்தேன். கேரக்டர் நல்லா வந்திடுச்சி". என்றார்.

பாலா பாத்திரத்தின் பேச்சு மொழியை உருவாக்குவதில் திறமையானவர். பாத்திரத்தின் தேவைக்காக நடிகனாகத் தன்னை வருத்திக் கொண்டு தயார்படுத்திக் கொள்பவர். மேடையில் தனது பாத்திரத்தை மிகுந்த கட்டுக்கோப்புடன் வெளிப்படுத்தக் கூடிய மனோதிடம் பெற்றவர்.

வெளிப்படையாகப் பேசும் பாலாவின் பலம் என்று நான் நினைப்பது உற்றுநோக்கல் என்னும் திறன்தான். இந்தத் திறன் நடிகனுக்கு மட்டுமில்லை ஒவ்வொரு மனிதனுக்கும் மிக அவசிய மானது. கூடவே, விதவிதமான மனிதர்களின் பேச்சுக்களை உற்று நோக்கி அவர்களுக்கு இடையிலான உறவு மற்றும் அவர்களின் ஆளுமை குறித்து அறிவுபூர்வமான யூகங்களை உருவாக்கும் திறன் பாலாவிடம் இருந்தது.

பாலா கூட்டத்தோடு கூட்டமாக நின்று கலகலப்பாகப் பேசிக் கொண்டிருக்கும் அதே சமயத்தில் ஒவ்வொருவரையும் நுட்பமாகக்

கவனிக்கவும் செய்வார். நாங்கள் யாரும் எதிர்பார்க்காத சமயத்தில் எங்களின் ஏதாவது ஒரு செயலை அசலாக நடித்துக் காட்டி அசத்தி விடுவார். குறிப்பிட்ட ஒரு பொருளைப் பார்ப்பது என்பதைத் தாண்டி, ஊன்றிக் கவனிப்பதைத்தான் உற்று நோக்கல் என்று சொல்கிறோம். எங்களோடுதான் இருப்பார். ஆனால், அவருக்கு முன்னால் நடக்கும் ஒரு காட்சியில் அல்லது செயலில் அப்படியே ஒன்றிப்போய்க் கிடப்பார்.

ஒரு சினிமா பார்த்துவிட்டு வந்தால் அந்தப் படத்தின் ஒவ்வொரு காட்சியைப் பற்றியும், அந்தக் காட்சியில் நடிகர்களின் சின்னச் சின்ன அசைவுகளைக் குறித்தும் ஆழமாகவும் நுட்பமாகவும் விவரித்துப் பேசுவார். "எப்படி பாலா?" என்று கேட்டால், "உங்களுக்குப் பார்க்கறதுக்கும் கவனிக்கறதுக்கும் உள்ள வித்தியாசம் தெரியல. இது தெரிஞ்சாதான் உத்துப்பாக்குற குணாம்சத்தோட அவசியம் உங்களுக்குப் புரியும்" என்று சொல்வார்.

நான் கூத்துப்பட்டறைக்கு வந்து சேருவதற்கு முன்பே குரோட்டோவ்ஸ்கியின் சீடர் ஒருவர் வந்து நடிகர்களுக்கு இந்த உற்றுநோக்கலை முக்கியப்படுத்தி பூனைப் பயிற்சி ஒன்றை சொல்லிக் கொடுத்து விட்டுச் சென்றிருக்கிறார். இந்தப் பயிற்சியை பாலா மிக அருமையாகவும் நேர்த்தியாகவும் செய்யக் கூடியவர். இதைத் தமிழில் 'பூனை உடலசைவுகளின் தொகுப்புப் பயிற்சி' என்றும் சொல்வார்கள்.

குரோட்டோவ்ஸ்கியின் சீடர், "பூனை என்ற விலங்கின் உடல், அவ்வுடலின் அசைவுகள், அவ்வுடலின் நெகிழ்வுத்தன்மை மற்றும் தசைகளைத் தளர்த்துதல், உணர்ச்சி நிலை ஆகியவற்றை நடிகன் கற்றுக் கொள்ள வேண்டும். அவன் இந்தப் பயிற்சியைச் செய்யும்போது உற்றுநோக்கல் என்னும் திறன் வளப்படும். இது நடிகனை உற்று நோக்கலிலிருந்து ஆரம்பித்துப் படிப்படியாக நடிப்புச் செயலை நோக்கி இட்டுச் செல்லும். நடிகன் இதை ஒரு பயிற்சி என்ற அளவில் வைத்துப் பார்க்காமல் தனது இயல்புகளில் ஒன்றாக, வாழ்க்கை முறையாக மாற்றிக்கொள்ள வேண்டும்" என்று சொல்லியிருக்கிறார்.

ஒருநாள் கூத்துப்பட்டறையில் நடந்த ஒரு பயிற்சி வகுப்பில் தலைப்பு ஒருவர் கொடுக்க, இன்னொருவர் பேச வேண்டும்

என்று பயிற்சியை செய்து கொண்டிருந்தோம். அப்பொழுது பாலா பேசுவதற்கு நான் தலைப்பு கொடுக்க வேண்டியிருந்தது. இந்தச் சந்தர்ப்பத்தைப் பயன்படுத்திக் கொண்டு 'உற்று நோக்கல்' என்று தலைப்பு கொடுத்து விட்டேன். அவர் என்னைப் பார்த்து பூடகமாய் சிரித்துக் கொண்டே, நாடகப் பொருட்கள் நிரம்பின அறைக்குள் நுழைந்து ஒரு டெடீபீர் பொம்மையை எடுத்துக் கொண்டு வந்து இதை எல்லோரும் பாருங்கள் என்று எங்களுக்கு சில நொடிகள் காட்டினார். அந்த பொம்மை சிரித்தபடி இருந்தது. ஒரு நிமிடம் ஆனதும் எடுத்து மறைத்துக் கொண்டார். எங்களிடம் சில கேள்விகள் கேட்டார். உதாரணமாக சட்டையின் கலர் என்ன? சடைக்கு என்ன ரிப்பன் கட்டியிருந்தது? போன்ற கேள்விகள். நாங்கள் எல்லா கேள்விகளுக்கும் பதில் சொல்லி விட்டோம். இறுதியாக ஒரு பதில் கேட்டார். அந்தப் பொம்மைக்கு எத்தனை பற்கள் இருந்தன? என்று. ஒவ்வொருவரும் ஒவ்வொரு எண்ணிக்கையில் சொன்னார்கள். யாரும் சரியாகச் சொல்லவில்லை. இதுதான் உற்றுநோக்கல். அந்த பொம்மையின் பற்களைத் தவற விட்டது போன்று நாளைக்கு ஒரு நடிகனாக நாம் ஏற்று நடிக்கும் பாத்திரத்தின் அம்சங்களையும் தவற விட்டுவிடுவோம் என்று சொல்லி விட்டு அமர்ந்து கொண்டார்.

இப்படியான பயிற்சிகளில் பட்டறையின் ஒவ்வொரு நடிகரும் இன்னொரு நடிகருக்கு ஏதேனுமொரு நடிப்புக் குறிப்பைத் தந்து அசத்தி விடுவார்கள். பாலாவிடம் கொஞ்சம் கூடுதலாகவே கிடைக்கும்.

நல்ல கற்பனையாற்றல், உடல் வலிமை, மேடையேறினால் பார்வையாளர்களைத் தன்வசம் கட்டிப்போடும் நடிப்பாற்றல், வீரக்கலைகளில் தேர்ச்சி, இசையில் ரசனை மிகுந்தவர். இத்தனை இருந்தும் ஏதோ ஒன்றின் குறைபாட்டால் காலம் அவரை சீக்கிரத்தில் அழைத்துக் கொண்டது.

சில வருடங்களுக்கு முன்புதான் பாலா காதலித்துத் திருமணம் செய்திருந்தார். செய்து வைத்தவர் நடிகர் விமல். மனைவி பிரபல நடிகர் ஒருவரின் சொந்தக்காரர் மகள். இப்பொழுது கூத்துப் பட்டறையின் அலுவலகமாக இருக்கும் இடத்தில் ஒருவருடம் இருவரும் ஒன்றாக வாழ்ந்தார்கள். பாலாவுக்குத் தொழில் ரீதியாக முன்னேற்றமேயில்லை என்பதால் மனைவி விவாகரத்துப் பெற்றுக் கொண்டு சென்று விட்டார் என்பதாகக் கேள்வி. அதே

சமயத்தில் சகநடிகர்களாக இருந்த விமல், விதார்த், விஜய் சேதுபதி, சோமசுந்தரம், அட்டகத்தி தினேஷ் என்று எல்லோரும் உச்சத்தில் நிற்கிறார்கள். நாம் இப்படியே தொடங்கின இடத்திலேயே சுற்றிச் சுற்றி வந்து கொண்டிருக்கிறோம் என்கிற சுய கழிவிறக்கம், விரக்தி. அதுமட்டுமில்லாமல் மிகவும் எதிர்பார்த்துக் காத்துக் கொண்டிருந்த அவர் இறுதியாக நடித்த செம்பட்டை எனும் படம் படுதோல்வி. எல்லாம் ஒன்றாகச் சேர்ந்து பாலாவை மிக மோசமாக பாதித்து விட்டிருந்தது. அதன் பின்பு கொஞ்ச காலம் நண்பர்கள் யாரையும் சந்திக்க விருப்பப்படாமல் தன்னைத் தனிமைப்படுத்திக் கொண்டார்.

கதை சொல்ல ஒரு சினிமா தயாரிப்பாளரைப் பார்ப்பதற்காக கோவையிலிருந்து சேலம் நோக்கி தம்பியின் காரில் சென்று கொண்டிருந்தேன். கூத்துப்பட்டறையிலிருந்து கேசவன் ஃபோன் செய்து பாலா இறந்து விட்டதாகச் சொன்னார். எப்படி என்றதற்கு, மஞ்சள் காமாலையில் இருந்தது தெரிந்தும், நண்பர்கள் மறுத்தும், பாலா யார் சொல்வதையும் கேட்காமல் சாராயம் குடித்து கோழிக்கறியும் சாப்பிட்டதனால் அடுத்த சில மணிநேரங்களில் பாதிக்கப்பட்டு மருத்துவமனைக்குக் கொண்டு போகும் வழியிலேயே இறந்து விட்டார்.

நாங்கள் சென்று சேருவதற்குள் பாலாவை அடக்கம் செய்து விட்டிருந்தார்கள். எனக்குப் பாதிவழியில் செய்தி தெரிந்தது. நாங்கள் எல்லோரும் ஐந்து வருடங்களுக்கும் மேலாக சகத்தோழனாக இருந்த வனின் முகத்தைக்கூட பார்க்க முடியாது மிகுந்த மனபாரத்தோடு வீடு திரும்பினோம்.

பாலா கூத்துப்பட்டறையில் சேருவதற்கு முன்பு பல வேலைகள் பார்த்திருந்தாலும், சேர்ந்த பிறகு எப்போதும் நடிக னென்கிற நினைப்பிலேயே இருந்தார். "என்னுடைய ஒவ்வொரு பருக்கையையும் நடித்துத்தான் சம்பாதிக்க வேண்டும்" என்கிற வைராக்கியத்துடன் இருந்தவர். மிகச் சிக்கலான மனநிலை இது. ஒரு நாடகக் கலைஞன் நாடகத்தில் நடித்து மட்டுமே தனது வாழ்க்கையை நிறைவாக வாழ்ந்து விட முடியும் என்கிற சூழல் எக்காலத்திலும் நம்மிடம் இருந்ததில்லை. அப்படி நாடகத்தை, நடிப்பை மட்டுமே நம்பி வாழுவதற்கு ஒரு நடிகன் சராசரி மனிதனை விட பன்மடங்கு கடுமையான செயல்திட்டத்தோடு உழைக்க

வேண்டியிருக்கிறது. எல்லாத் தொழில்களும் அதன் சிகரத்தைத் தொடுவதற்கு எத்தனை உழைப்பைக் கேட்டு நிற்கின்றனவோ அத்துடன் நூறுமடங்குக்கும் மேலாக தொடர்ந்து உழைக்க நடிகனை நிர்ப்பந்திக்கும் தொழில் இது.

இப்படி உழைப்பதற்கான மனநிலை எல்லா நடிகர்களுக்கும் தானாய் வந்து விடுவதில்லை. சிலருக்கு அது இயல்பிலேயே (சூழல், வளர்ப்பு, கல்வி) இருக்கும்; சிலருக்கு இருக்காது. இல்லாதவர்களுக்கு நிறுவனமான நாடக நிர்வாகம் சொல்லிக் கொடுத்துக் கொண்டிருக்காது. அதற்குத் தன்னைத் தக்கவைத்துக் கொள்வதற்கான போராட்டத்தில் கவனத்தைச் செலுத்துவதற்கே நேரம் சரியாக இருக்கும். ஒரு நிறுவனம் எப்படி நடிகர்களின் எதிர்கால வளர்ச்சியில் தொடர்ந்து அக்கறை கொள்ள முடியும்? எந்த நிறுவனத்திடமும் நாம் இதை எதிர்பார்க்க முடியாது. நிறுவனம் நடிகனுடைய திறமையைப் பயன்படுத்திக் கொள்ள பார்க்கும். திறமை இல்லை என்றால் கற்றுக் கொள்ளச் செலவு செய்யும். பத்தோடு ஒன்றாகக் கற்றுக்கொண்டால் போச்சு. இல்லையென்றால் பொட்டியைக் கட்டு என்று கழுத்தைப் பிடித்துத் தள்ளும். நிறுவனத் திற்கு நம்மை விட்டால் ஆட்களா இல்லை. வெளியே வரிசை கட்டி நின்று கொண்டிருக்கிறார்கள்.

ஒவ்வொரு கணத்தையும் விழிப்போடு பார்க்கத் தெரிந்த பாலா எதிர்காலத்தையும் பார்த்துக் கொள்வார் என்றுதான் நம்பியிருந்தோம். அவர் எங்கள் நம்பிக்கையைப் பொய்யாக்கி விட்டார். கடுமையாக உழைக்க மட்டுமே தெரிந்த பாலாவைப் போன்று பல நடிகர்களுக்குத் தங்களை எப்படி சந்தைப் படுத்திக் கொள்ள வேண்டும் என்று தெரியாமலே கடைசி வரைக்கும் இருந்திருக்கிறார்கள். இன்றும் இருக்கிறார்கள்.

சரியான திட்டமிடல் என்பது நம்முடைய தோல்வியிலிருந்து கற்றுக்கொள்வதைப் போலவே, அடுத்தவருடைய வெற்றியிலிருந்தும் கற்றுக்கொள்ள ஏராளமிருக்கிறது. வாழ்க்கையின்மீது ஆழமான பிடிமானம்தான் நம்மை நதியைப் போல நகர்த்திக் கொண்டே இருக்கும் என்பதே பாலாவின் மரணம் சொல்லித் தந்த மிகப்பெரிய படிப்பினை.

மாணவப் பார்வை

"சிறுவர் சீர்திருத்தப்பள்ளியிலிருந்து ஆக்டிங் கோச் வரை" குங்குமத்தில் வெ. நீலகண்டன் எடுத்திருந்த நேர்காணல் வழியாகத்தான் வாலறிவன் எனக்கு அறிமுகமானார்.

"உன்னையே நீ புரிஞ்சிக்கலன்னா, கேரக்டர எப்படி புரிஞ்சிக்குவ?" வாலறிவனுடைய டீச்சிங் முறையின் சாராம்சம் இது தான் என்று நினைக்கிறேன். எதை செய்தாலும் அதை அறிந்து புரிந்து உணர்ந்து வெளிப்படுத்து என்பார். "நடிகனோட அறிவும் ஞானமும் திறனும் ஒண்ணோடொண்ணு கலந்து வெளிப்படும்போது கேரக்டரோட நடை உடை பாவனை மூணும் அந்த நடிகன்கிட்டருந்து தானா வெளியே வந்து விழும்." என்பார்.

எதைச் சொன்னாலும் அந்த அறிவை எளிய விளையாட்டுகள் மூலம் நம்முடைய அனுபவமாக மாற்றிவிடுவார். நமக்குள்ளிருக்கும் நடிப்பை நமக்குக் காட்டிக்கொடுப்பதற்கு நிறைய நுணுக்கங்களைக் கைவசம் வைத்திருக்கிறார். சும்மாயிருப்பதே சுகம் என்பதுபோல சொல்லிக்கொடுப்பதில் சுகம் காண்பவர் வாலறிவன்.

உங்களுடன் இருந்த பத்து வகுப்புகளை என் மனப்பத்தாயத்தில் எப்போதும் சேமித்து வைத்திருப்பேன் வாலறிவன் சார்.

- விக்ரம்
கோயம்புத்தூர்

ஆசிரியர் என்பவர் யார்?

ஒருவருக்கு ஏதோ ஒன்றைக் கற்றுக்கொடுப்பவர் அல்ல ஆசிரியர்.

மாறாக, அந்த ஒருவர் தன்னுடைய ஆன்மாவில் ஏற்கெனவே ஆழமாகப் பதிந்துள்ள அறிவைத் தானே கண்டறிவதற்குத் தன்னால் இயன்ற அளவு சிறப்பாக முயற்சி செய்வதற்கு அவருக்கு உத்வேகமூட்டுகின்றவர்தான் ஓர் உண்மையான ஆசிரியர்.

- பாலோ கொயலோ.

மாலாண்டித் தாத்தா

"நீ முடியாதுன்னு சொல்ற அதே நாள்லியே உந்தங்கச்சிக்கும் எனக்கும் கல்யாணம் நடக்கப் போகுது. உன்னோட வீட்டுக்கே வந்து உன் தங்கச்சிய தூக்கிட்டுப் போய் தாலிகட்டுவேன். இது சேலஞ்!" என்று மாதவன் சொல்ல, அதுல் குல்கர்னி தனது அடியாட்களைப் பார்த்து "வந்துருவானாடா, அவன் வந்துருவானாடா" என்று திரும்பத் திரும்பக் கேட்கும்போது தூரத்திலிருந்து "வந்துருவாண்ணே" என்று குரல் மட்டும் வரும்.

கேமரா குரல் வந்த திசையை நோக்கித் திரும்பும்போது தூணுக்குப் பக்கத்தில் இன்னொரு தூணாக நிற்பார் ஒருவர். அதுல் குல்கர்னி அவருக்குப் பக்கத்தில் போய் நிற்கும்போது அவரே "ஆனா திரும்பிப் போகமாட்டாண்ணே" என்று சொல்ல, அதுல் அவரை அள்ளித் தழுவிக் கொள்வார்.

ரன் படத்தில் இக்காட்சியை எல்லோரும் பார்த்திருப்பீர்கள். நல்ல பயிற்சி பெற்ற நடிகர்களின் சிறப்பே இதுதான். மொத்தப் படத்தில் ஒரு சிறிய காட்சியில் வந்தாலும் தங்களது ஆளுமையை 'நச்'சென்று பதித்து விடுவார்கள். இந்தக் காட்சியில் பார்வையாளர்களைச் சற்றும் எதிர்பாராத சந்தர்ப்பத்தில் தன்னை நோக்கித் திருப்பியிருப்பார் அவர். மொத்தத் தமிழ் சினிமாவையும் திரும்பிப் பார்க்க வைக்கக் கூடிய அளவுக்கு அபாரமான நடிப்புக்குச் சொந்தக்காரர்.

காஞ்சிபுரத்தில் பிறந்து வளர்ந்த எம்பிஏ பட்டதாரியான இவர் கூத்துப்பட்டறையில் பத்தாண்டுகளுக்கும் மேலாக முழுநேர நடிகராக, நடிகனுக்கான எல்லாப் பயிற்சிகளையும் முழுமையாகப் பயின்றவர். பெயர் ஆனந்த்சாமி. இருபதுக்கும் மேலான நாடகங்களில் மையப் பாத்திரங்களை ஏற்று நடித்தும், தனிநபர்

நாடகங்களை நிகழ்த்தியும் சென்னை நாடகப் பார்வையாளர்களின் பெருமதிப்பைப் பெற்றிருக்கிறவர். திரைப்படங்களில் சின்னச் சின்ன பாத்திரங்களில் நடித்திருக்கிறார். தமிழில் மிக முக்கியமான குறும்பட முயற்சிகளை மேற்கொண்ட, சர்வதேச அளவில் அங்கீகாரம் பெற்ற மாமல்லன் கார்த்தியின் இரண்டு குறும்படங்களில் நடித்திருக்கிறார். இப்பொழுதும் முழுநேர நாடக நடிகராக இந்தியாவின் முக்கிய நகரங்களில் அற்புதமான நாடகங்களை நிகழ்த்திக் கொண்டிருக்கிறார்.

கூத்துப்பட்டறையில் என்னுடைய முதல் மேடை நாடகம் இவரோடுதான். எழுத்தாளர் பாமாவின் 'தாத்தாவும் எருமைமாடும்' என்கிற சிறுகதையின் மேடை வடிவம். ஆண்டையை எதிர்த்து தன்மானத்துடன் வாழும் ஒரு தலித் தாத்தாவாக அவர். தாத்தாவோடு மாடுமேய்க்கும் சிறுவனாக, அவரது தோழன் ஈஞ்செடி யானாக, தாத்தாவை வயது வித்தியாசம் பார்க்காமல் வஞ்சிக்கும் ஆண்டையாக என்று மூன்று பாத்திரங்களில் நானே நடித்திருந்தேன். மேடை நடிப்பில் எனக்கு மிக முக்கியமான முதலுமான அனுபவம் இது.

கிட்டதட்ட முப்பது நிமிடம் நடக்கக் கூடிய இந்த நாடகத்தில் மாலாண்டித் தாத்தாவின் மீதுதான் கவனம் குவிந்து கிடந்தது. முதல் முறை என்பதால் அச்சமும் பதற்றமும் கலந்த மனநிலையோடுதான் நான் ஒவ்வொரு முறையும் மேடையேறிக் கொண்டிருந்தேன். ஆனந்த்சாமியோ மாலாண்டித் தாத்தாவாகவே இருந்தார். நான் மூன்று பாத்திரங்களையும் நடை, உடையால் மேடைக்குக் கொண்டு வந்தேனே தவிர, உள்ளார்ந்து என்னால் நடிக்க முடியவில்லை. புதுவையில் NSD பயிற்சிப் பட்டறையில் எல்லா விஷயங்களும் சொல்லிக் கொடுத்திருந்தாலும், கற்றுக் கொண்டதை எங்கு, எப்படி, எந்த அளவுக்குப் பயன்படுத்துவது என்கிற நடைமுறை ஞானம் அப்பொழுது எனக்குக் கைகூடியிருக்க வில்லை. ஆனந்த்சாமி மேடையில் நடித்துக் கொண்டிருக்கும்போது மேடையில் அவர் பக்கத்தில் நான் பாத்திரமாக நின்றாலும் நடிகராக அவர் என்ன செய்து கொண்டிருக்கிறார், எப்படி பாத்திரமாகவே மேடையில் 'வாழ்கிறார்', என்பதைத்தான் கவனித்துக் கொண்டிருப்பேன்.

"ஒரு நடிகர் தனது அறிவு, உடல், ஆன்மா, உணர்ச்சி ஆகியவற்றின் வழியாகத் தனது அனைத்துத் திறன்களையும் வளர்த்தெடுத்துக்

கொள்ள வேண்டும். இப்படி வளர்த்தெடுத்துக் கொள்வதன் மூலம் தான் ஏற்று நடிக்கும் பாத்திரங்களை, ஒரு முழுமையான மனிதர்களின் பரிமாணத்துக்கு உருவாக்கி நிறைவாக்க முடியும்" என்று மெதெட் ஆக்டிங்கை உருவாக்கியவர்களில் ஒருவரான ஸ்தனிஸ்லாவ்ஸ்கி தனது கதாபாத்திரத்தை வடிவமைத்தல் புத்தகத்தில் சொல்கிறார். இதற்குச் சரியான உதாரணம் ஆனந்த்சாமி.

அவரது நடிப்பு வாழ்க்கையில் மாலாண்டித் தாத்தாவாக நடித்தது மிக முக்கியமான திருப்புமுனை என்று அவர் சொல்லியிருக்கிறார். சோமசுந்தரத்துக்குக் கிணறு வெட்டும் கிழவரைப் போல, ஆனந்த்சாமிக்கு இந்த மாலாண்டித் தாத்தா. எழுத்தாளர் பாமா இந்தப் பாத்திரத்தை மிகச் சிறப்பாக உருவாக்கியிருப்பார். தன்மானத்துடன் அடிமைத்தனத்தை எதிர்த்து நிற்கக்கூடிய மனோதிடம் பெற்ற பாத்திரம் மாலாண்டித் தாத்தாவின் பாத்திரம். பாமாவின் சிறுகதைகள் நாடக அம்சம் கொண்டவை என்பதை இந்த மேடைதான் வெளிச்சப்படுத்தியது.

ஒருநாள் கூத்துப்பட்டறையில் தூங்கப் போவதற்கு முன்பு படுக்கையில் இருவரும் படுத்துக் கொண்டிருக்க, ஆனந்த்சாமிக்கு இந்தக் கதையை உரக்க வாசித்துக் காண்பித்தேன். முடிந்ததும் ஆனந்த்சாமி இந்தக் கதையை நாம் நடிக்கலாம் என்று குதூகலத்தோடு சொன்னார். அவரிடம் இதை நான் எதிர்பார்த்துதான் வாசித்துக் காட்டினேன். அதே நேரத்தில் அவருடன் நடிக்கத்தான் எனக்கும் விருப்பம் இருந்தது. ஆகவே நான் மிகவும் சந்தோசம் அடைந்தேன்.

நாம் ஒரு திறமைசாலியை அவர் வாழும் காலத்தில் கொண்டாடத் தவறிவிடுகிறோம். கூடவே, அவருக்கு நிகராக உள்ளீடு இல்லாத ஒருவனை நிறுத்தி அவரை நிராகரிக்கிறோம். காலந்தோறும் நம்மோடு தொடர்ந்து வந்து கொண்டிருக்கும் பீடை குணமிது. நம்முடைய தமிழ் சினிமாவிலும் மேடையிலும் இதுவரைக்கும் எத்தனையோ அசாத்தியமான நடிகர்கள் இருந்திருக்கிறார்கள். அவர்களைப் பற்றி வரலாற்றில் வாழ்க்கைக் குறிப்புகள் இருக்கின்றனவே தவிர, அவர்களது நடிப்பு பாணிகள் குறித்து விரிவும் ஆழமுமாகப் பதிவுகள் எங்கேயும் இல்லை. பாஸ்கரதாஸின் நாட்குறிப்புகள், பம்மல் சம்பந்த முதலியாரின் நாடக மேடை நினைவுகள் ஆகிய புத்தகங்களில் சொல்லப்படும் நடிகர்களின் நடிப்பு குறித்து இன்றைக்கு நம் மத்தியில் ஏதாவது ஆவணங்கள்

இருக்கின்றனவா? இயக்குநர்கள் குறித்தும், ஒளிப்பதிவாளர்கள் குறித்தும் நிறைய பதிவுகள் இருப்பதுபோல?

ஆனந்த்சாமி தனக்கென்று ஒரு பாணியை உருவாக்கிக் கொள்வதற்கு ஆரம்ப காலங்களில் மிகுந்த சிரத்தையோடு பயிற்சிகளை மேற்கொண்டிருக்கிறார். பரமார்த்த குருவில் திருநங்கையாக வருவார். வீரமாமுனிவர் நாடகப் பிரதியில் ஆறு முட்டாள்களையும் ஏமாற்றிப் பிழைக்கும் ஒரு மூதாட்டிப் பாத்திரம் இருக்கிறது. பரமார்த்த குருவை இயக்கிய அபர்னாகோபிநாத் மூதாட்டிப் பாத்திரத்தை திருநங்கையாக மாற்றி விட்டார். திருநங்கைப் பாத்திரத்தை ஆனந்த்சாமி மிகுந்த படைப்பூக்கத்துடன் வடிவமைத்திருந்தார். நாடகம் பார்க்க வந்தவர்கள் அனைவரின் பாராட்டுகளையும் பெற்றுக் கொண்டது இந்தப் பாத்திரம். நடிகர்களே இட்டுக்கட்டி மெட்டமைத்த ஒரு பாடலைப் பாடிக்கொண்டே பார்வையாளர்களின் பின்னிருந்து நடிப்பிடத்திற்கு வருவதற்கு அவர் வடிவமைத்திருந்த நடையும் உடல் அசைவுகளும் அலாதியாக இருந்தன.

கில் ஆலன் மீண்டும் 2009ல் கூத்துப்பட்டறைக்கு வந்தார். வைசாக் எனும் நாடகத்தை ஐந்து மாதங்கள் வேலை செய்து இயக்கினார். டாடா புராஜக்டில் இருந்ததனால் இந்த நாடகத்தில் என்னால் இடம்பெற முடியவில்லை. ஆனால் தொழில்நுட்ப ரீதியில் பங்கேற்றேன். இந்த நாடகத்தை முப்பது ஒத்திகைகளிலும், பதினைந்து மேடைகளிலும் பார்த்திருக்கிறேன். ஆனந்த்சாமி மேடையேறும் வரை ஒவ்வொரு ஒத்திகையிலும் தனது பாத்திர வடிவமைப்பை மெருகேற்றிக் கொண்டே இருந்தார். அது ஒரு மருத்துவர் பாத்திரம். ஆதியும் அந்தமும் இல்லாத பாத்திரம். கில் கொடுத்த சில குறிப்புகளை வைத்துக் கொண்டு மீதமுள்ள எல்லாவற்றையும் இவரது கற்பனையில் உருவாக்கினார். ஒரு இயக்குநராக கில் பாத்திர உருவாக்கத்தின்போது உண்டாகும் சின்னச் சின்ன சந்தேகங்களைத் தீர்த்து வைத்து உதவியிருக்கிறார். அவ்வளவே. மற்றபடி பாத்திரத்தின் நடை, உடை, மனோபாவம் என்று அத்தனையும் ஆனந்த்சாமி உண்டாக்கியதே. கட்டுப்பாட்டில் சிக்காத பூனையை வைத்துக் கொண்டு வைசாக்கிடம் அவர் பேசுகின்ற ஒரு காட்சியில் ஆனந்த்சாமி என்கிற ஒரு நடிகனின் மொத்தப் படைப்பாற்றலும் வெளிப்படும்.

சுந்தர ராமசாமியின் ‘சீதைமார்க் சீயக்காய்த்தூள்’ சிறுகதையில் ஆரம்பத்தில் இவரோடு விதார்த், மணிமேகலை, ருத்ரா ஆகியோர் சேர்ந்து நடித்திருக்கிறார்கள். அதற்குப் பிறகு இதையே ஒரு தனிநபர் நாடகமாக மாற்றி ஐம்பதுக்கும் மேலான மேடைகளில் நிகழ்த்தியிருக்கிறார். வறுமையில் வாடும் ஓவியராகவும், அவரது அன்பு மனைவியாகவும், ராவணனோடு காட்டில் வாழும் சீதையைக் கொஞ்சம் மப்பும் மந்தாரமாக வரைந்து தரச் சொல்லி நச்சரிக்கும் சீயக்காய்த்தூள் கம்பெனி ஓனராகவும் மூன்று பாத்திரங்களில் தனது அசாத்தியமான திறமைகளை வெளிப்படுத்தி நடித்திருப்பார்.

சு.ராவின் மற்றுமொரு கதையான ‘ஜன்னல்’ கதையினையும் பலமுறை மேடையேற்றியிருக்கிறார். இதை முதல் மேடையிலிருந்தே தனிநபர் நாடகமாகவே நடித்துக் கொண்டிருக்கிறார். ஜன்னல், சீதைமார்க் சீயக்காய்த்தூள் கதைகளை யார் எங்கு கூப்பிட்டாலும் அங்கு வந்து நடித்துக் கொடுப்பதற்கு அவர் எப்போதும் தயாராகவே இருக்கிறார். கூப்பிடுபவர்கள் அவரது அடிப்படைச் செலவுகளை ஏற்றுக் கொள்ள வேண்டும். ஏனெனில் வருடத்தின் பெரும்பாலான நாட்களை நாடக மேடையிலேயே கழித்துக் கொண்டிருக்கும் கலைஞன் அவர்.

ஆனந்த்சாமி நடித்து நான் பார்த்த மட்டிலும் பரமார்த்த குருவில் ‘திருநங்கை’, படுகளத்தில் ‘அரவான்’, மாலாண்டித் தாத்தா, வைசாக் நாடகத்தில் வரும் ‘மருத்துவர்’, வியாபராமாயணம், மிஸ் ஜூலி, சீதைமார்க் சீயக்காய்த்தூள் ஆகிய நாடகங்களில் அவரது நடிப்பாற்றலின் உச்சங்களைப் பார்க்க முடியும்.

ஐந்து வருடங்களுக்கு முன்பே மலையாளத்தின் அழகியல் இயக்குநர் லால்ஜோஷ் இவரை நாயகனாக வைத்து ‘மழை’ என்று ஒரு படத்தை இயக்குவதற்காக எல்லா வேலைகளும் ஆரம்பிக் கப்பட்டு படப்பிடிப்புக்குச் செல்லும் சமயத்தில் நின்று போனது. அதன் பிறகும் லால்ஜோஷ் தான் இயக்கிய ஒரு மலையாளப் படத்தில் இவரை அழைத்துப் பயன்படுத்தினார்.

தமிழ் சினிமா இழந்து விட்ட பல அபூர்வ நடிகர்களுள் ரகுவரனும் ஒருவர். அவருடைய இடத்தினை நிரப்புவதற்கு எல்லா வகையிலும் தகுதி பெற்ற ஓர் ஆளுமை ஆனந்த்சாமி. அதற்கான காலம் வெகு கிட்டத்தில்தான் இருக்கிறது. எல்லாம் கூடிவரும் சமயத்தில் அற்புதங்கள் என்பது நடந்தே தீரும்.

மாணவப் பார்வை

யாதனின் யாதனின் நீங்கியான் நோதல்
அதனின் அதனின் இலன்

இந்தக் குரலில் இருந்துதான் முதல்நாள் பயிற்சியை ஆரம்பித்தார். இந்தக் குரலை நான் வாய்விட்டுச் சொல்வதற்கும் அவர் சொல்வதற்கும் வித்தியாசம் இருந்தது. அந்த வித்தியாசம் என்னவென்றால் தாளம். 'நடிகனுக்கு வசனம்தான் சங்கீதம்' என்று படச்சுருளில் வெளிவந்த அவரது நேர்காணலில் படித்திருக்கிறேன். வகுப்பில் அதை அனுபவித்தேன்.

முதல் வகுப்பிலேயே நான் யார்? எனக்கு நடிப்புப் பற்றிய புரிதல் என்ன? என் அறிவுக்கும், என் அனுபவத்திற்கும், என் திறனுக்கும் உள்ள இடைவெளி என்ன? அந்த இடைவெளிகளை எதை இட்டு நிரப்புவது? எப்படி நிரப்புவது? அதற்கு எத்தனை வகுப்புகள் தேவை? இப்படி அலசி ஆராய்ந்து என்னை என்முன்னால் எடுத்துவைத்தார்.

அடுத்தடுத்த வகுப்புகளில் வாலறிவனைக் கொஞ்சமாகப் புரிந்துகொள்ள முடிந்தது. ஒருவரை நன்றாகப் புரிந்தது கொண்டு அவருக்கு என்ன வேண்டுமோ அதை நாம் தரவேண்டும்; அதைத் தரமாகத் தர வேண்டும் என்பதில் வாலறிவன் கவனமாக இருக்கிறார்.

இவரிடம் நடிப்புப் பயிற்சி எடுப்பதற்கு முன் நாசர் சார் வொர்க் ஷாப், வெற்றிமாறன் வொர்க் ஷாப் என நிறைய பயிற்சி பெற்றிருக்கிறேன். நிறைய நடிப்பு ஆசிரியர்களைச் சந்தித்துப் பேசி இருக்கிறேன். ஆனால் அங்கெல்லாம் கூட்டமாக ஒரு மூலையில் அமர்ந்து அவர்கள் சொல்லுவதைக் கேட்டுச் செய்து வந்திருக்கிறேன்.ஆனால் எனக்கு என்ன வேணுமோ அதைக் கொடுக்க இவரின் பயிற்சி முறை தான் சரி என எனக்குப் பட்டது.

ஒரு நடிப்புப் பயிற்சியையும் தாண்டி நிறைய விசயங்களை விவாதிப்பது உண்டு வகுப்புகளில். அதில் அவருக்குத் தவறு என பட்டால் மிகக் கடுமையாகத் திட்டுவதும் உண்டு ஆனால் அதில் துளி அளவும் நம்மைத் தாழ்த்த வேண்டும் என்று இருக்கவே

இருக்காது. நம் மீது இவ்வளவு அக்கறை கொண்ட ஓர் ஆசானிடம் நாம் இருக்கிறோம் என்று நிறைய சந்தர்ப்பங்களில் நான் பெருமை கொண்டதும் உண்டு.

உண்மையைச் சொல்ல வேண்டுமென்றால், இவரின் பயிற்சி முறைகள் மிகக் கடினமாக இருக்கும். இதை என்னுடைய தனிப்பட்ட அனுபவத்திலிருந்து சொல்கிறேன். மற்றவர்களுக்கு மிக எளிமையாகவும் இருக்கலாம். ஆனால், இந்தக் கடினமான பயிற்சிகளின் முடிவில் கிடைக்கும் விளைச்சலைக் கண்டு நான் பரவசப்பட்டிருக்கிறேன்.

நான் வகுப்புகளில் அவரை பலமுறை கோபப்படுத்தியிருக்கிறேன். ஒரு தந்தையைப் போல அவர் என்னைக் கண்டித்திருக்கிறார். நான் கண்ணீர்விட்டு அழுதிருக்கிறேன். ஒரு தாயைப் போல அவர் என்னைத் தேற்றியிருக்கிறார்.

பேரன்பும் பெருங்கோபமும் கொண்ட கலைஞன்.

இப்போதும் அவரிடம் கொஞ்சம் நாட்கள் தங்கியிருந்து வரலாம் என்று என் மனம் விரும்புகிறது.

லவ் யூ அண்ணா.

- ராம்பிரசாத் BE..,

வளர்ந்துவரும் நடிகர்,
உதவி இயக்குநர் (யாத்திசை)
அல்லிநகரம்,
தேனி மாவட்டம்.

சில குழந்தைகள் தன் மீது விழும் ஒளிக்காக ஆசைப்படுவார்கள். சில குழந்தைகள் மேடையின் மையத்தில் இருக்க விரும்பு வார்கள். சில குழந்தைகள் குழுவின் ஒரு பகுதியாக இருப்பதை ரசிப் பார்கள். சில குழந்தைகள் தன் கவனத்தில் இருப்பவர்களை ஆதரிப்பதில் ஆனந்தம் அடைவார்கள். சில குழந்தைகள் மேடைக்குப் பின்னால் இருக்க விரும்புவார்கள். சில குழந்தைகள் தன் மீது விழும் ஒளியை தன்னுடன் இருப்பவர்கள் மீது எப்படி பாய்ச்சுவது? அவர்களையும் எப்படி ஒளிரச் செய்வது ? என்பதைக் கற்றுக்கொள்வார்கள். கூடவே, ஒரு குழந்தையை இன்னொரு குழந்தை கற்பதும் இவற்றின் ஊடாக மிக இயல்பாக நடக்கும்.

தீனபந்துபுரம்

மகாத்மா காந்தி பணம் உள்ளவர்களை தேசப்பணிக்கு அழைத்ததும், சில செல்வந்தர்கள் பள்ளிக் கூடங்களைக் கட்டி அதில் வசதி இல்லாத பிள்ளைகளுக்கு வாய்ப்பு தந்தார்கள். இந்தியா முழுவதும் இப்படி நிறைய பள்ளிக் கூடங்கள் உருவாகின. அதில் சில பள்ளிகள் மாற்றங்களுக்கு உட்பட்டு இன்னும் செயல்பட்டுக் கொண்டிருக்கின்றன. சிதம்பரத்தில் உள்ள நந்தனார் உயர்நிலைப் பள்ளி இதில் ஒன்று. ஆந்திராவில் திருத்தணியைத் தாண்டி ஆர். கே. பேட்டைக்கு அருகிலுள்ள தீனபந்துபுரத்தில் ஒரு பள்ளி இருக்கிறது. இந்தப் பள்ளி இப்பொழுது சில தொண்டு நிறுவனங்களோடு இணைந்து செயல்பட்டுக் கொண்டிருக்கிறது.

இந்தப் பள்ளியில் படிக்கும் குழந்தைகளுக்குக் கூத்துப்பட்டறை பல வருடங்களாக சிறுவர் அரங்கப் பயிற்சிகளைத் தந்து கொண்டிருந்தது. ஐந்து வயதுக் குழந்தைகள் முதல் பதினான்கு வயது மாணவ மாணவியர்கள் வரை இந்தப் பட்டறையில் கலந்து கொள்வார்கள். இவர்களுக்குச் சொல்லிக் கொடுப்பதன் வழியாக நடிகர்கள் நடிப்பின் நுட்பங்களை மேலும் கற்றுக் கொள்ள முடிகிறது என்பதால் பட்டறையிலிருக்கும் நடிகர்கள் போட்டி போட்டுக் கொண்டு செல்வார்கள்.

நான் கூத்துப்பட்டறையில் இருக்கும் சமயத்தில் இரண்டு அல்லது மூன்று நடிகர்கள் சென்று பயிற்சிப் பட்டறையை நடத்துவோம். மாதத்திற்கு ஒருமுறை நடக்கும் இந்தப் பயிற்சிப் பட்டறைக்கு அதிக முறை சென்ற நடிகர்களில் நானும் ஒருவன். இந்தப் பள்ளியில் நான் குழந்தைகள் மற்றும் மாணவர்களுடன் வேலை செய்திருக்கிறேன். குழந்தைகளின் இயல்பான படைப்பாற்றலும் கற்பனாசக்தியும்

வெளிப்படும் தருணங்களில் ஒரு நடிகனாகக் கற்றுக் கொள்ள நிறைய விஷயங்கள் கிடைக்கின்றன என்பதை நான் அனுபவ ரீதியாக உணர்ந்தவற்றை உங்களோடு பகிர்ந்து கொள்கிறேன்.

குழந்தைக்கும் மொழிக்கும் உள்ள உறவு குறித்தும், இந்த உறவை வலுப்படுத்துவதற்கு என்ன மாதிரியான பயிற்சிகளை உருவாக்கலாம் என்றும் கூத்துப்பட்டறை எங்களைப் பலவிதமாகச் சிந்திக்க வைத்தது. எங்களது ஆக்கப்பூர்வமான சிந்தனைகளைச் செயல்படுத்துவதற்கான சந்தர்ப்பங்களைத் தீனபந்துபுரம் கொடுத்தது. நடிகர்கள் நாங்கள் மிகவும் உத்வேகத்தோடு இங்கு வேலை செய்திருக்கிறோம்.

"மொழியைப் பொருத்தவரை, உங்களுடைய பங்கு குழந்தை களுக்குப் பலவிதமான அனுபவங்களை அமைத்துத் தருவதாக இருக்க வேண்டும். அவர்களுக்கு ஏற்கெனவே தெரிந்த மொழியைப் புதிதாகக் கற்றுத்தர வேண்டியது அவசியமில்லை. ஆனால், அவர்கள் ஏற்கெனவே பயன்படுத்தும் விதத்தைச் சீரமைத்து அதை முழு ஆளுமையாக மாற்றுவதே உங்களுடைய பணி" என்று ந. முத்துசாமி எங்களுக்குச் சொல்லியிருந்தார். இதை நிறைவேற்றக் குழந்தைகளின் அன்றாட வாழ்க்கையுடன் அவர்களுக்குத் தொடர்பு ஏற்படுத்துவது அவசியம் என்பதைக் களப்பணி எங்களுக்கு உணர்த்தியது.

சிந்திப்பதற்கும், உணர்வதற்கும், பல்வேறு சூழல்களில் வினை புரிவதற்கும் மொழி எப்படியெல்லாம் பயன்படுகிறது என்பதை நாங்கள் குழந்தைகளுக்கு அனுபவமாக்குவதற்கான காரியங்களில் இறங்கினோம். உலகைப் பற்றிய பார்வையை உருவாக்குவதிலும் ஆர்வத்தைத் தூண்டுவதிலும், திறமைகளை வளர்ப்பதிலும், இன்னபிற விஷயங்களுக்கும் நுட்பமான கருவியாக, ஆனால் அதே நேரத்தில் வலிமையான கருவியாகக் குழந்தைப் பருவ மொழி முக்கியப் பங்கு வகிக்கிறது என்பதை குழந்தைகளுக்கும், அவர்களது ஆசிரியர்களுக்கும் சின்னச் சின்ன அரங்கியல் பயிற்சிகள் மூலம் சொல்லிக் கொடுத்தோம்.

ஆரம்பத்தில் பொத்தாம் பொதுவாக வேலைசெய்து கொண்டிருந்த நாங்கள் போகப்போக அவரவர் சுய பார்வையின் அடிப்படையில் எழுந்த கருத்து முரண்பாடுகளால் ஒவ்வொருவரும்

அவரவருக்கான கருத்தியல் ரீதியில் எங்களது பயிற்சி முறைகளை வடிவமைத்துக் கொண்டோம். ஒரு நாளின் பயிற்சிக் காலத்தைப் பகுதிகளாகப் பிரித்துக் கொண்டு அவரவர் நேரத்தில் அவரவர் பாணிகளில் வேலை செய்தோம்.

குழந்தைகளின் வாழ்வில் மொழியின் பயன்பாடு மற்றும் செயல்பாடு என்னவாக இருக்கிறது என்கிற அடிப்படையில் எனது பயிற்சி முறையை நான் வடிவமைத்திருந்தேன். அதற்காக, ஒரு குழந்தை மொழியை எப்படிப் பயன்படுத்துகிறது, அதே மொழியை அது எப்படிச் செயல்படுத்துகிறது என்பதைக் குழந்தையின் பார்வையிலிருந்து புரிந்துகொள்ளப் பலவிதமான முயற்சிகளில் ஈடுபட்டேன்.

குழந்தைகளுடைய வார்த்தைகளும் சைகைகளும் தொடர் புடையவையாக இருக்கின்றன. அவர்களுடைய சைகைகளும் அவற்றின் வழியாகக் கிடைக்கின்ற அனுபவங்களுமே அவர்களது வார்த்தைகளுக்கான தேவைகளை உருவாக்குகின்றன. அதன் பிறகு அந்த அனுபவத்தால் கிடைத்த வார்த்தைகளே அந்த அனுபவம் முடிந்த பிறகு மீண்டும் அந்தச் செயல்பாடுகளில் ஈடுபட உதவி கரமாக இருக்கின்றன.

பல்வேறு வார்த்தைகளின் துணையுடன்தான் குழந்தைகள் தம்மைச் சுற்றியுள்ள பொருட்களுடன் உறவுகளை வலுப்படுத்திக் கொள்கின்றனர். அதே நேரத்தில் சைகைகள் இல்லாத சொற்கள் உயிரற்ற வார்த்தைகளாகவே எஞ்சி விடுகின்றன. உதாரணத்திற்கு பூசணிப்பூ, ஆகாயம், மஞ்சள் நிறம், கல் போன்ற வார்த்தைகள் நம்மைப் பொருத்தவரை பொருள் தரக்கூடியவை. ஆனால் குழந்தைகளுக்கோ, அந்தப் பொருட்களுடன் அல்லது செயல்களுடன் நேரடியான ஒரு தொடர்பு ஏற்கெனவே ஏற்பட்டிருந்து, குழந்தை விருப்பத்துடன் ஈடுபட்டிருந்தால் மட்டுமே 'இச்சொற்கள்' அதற்கு உயிரோட்டமானதாக இருக்கும். இப்படிப்பட்ட பல உதாரணங்களுடனோ அல்லது மேலே சொன்னவற்றுக்கு நிகரான வேறு பொருட்களுடனோ அறிமுகமாகும் வார்த்தைகளே பிற்காலங்களில் குழந்தைகள் பயன்படுத்த ஏதுவானதாக அமைகின்றன.

விதவிதமான பொருட்களோடும் வார்த்தைகளோடும் குழந்தைகள் உறவினை அமைத்துக் கொள்வதற்கான வாய்ப்பு பெற்றோர்

கையில்தான் உள்ளது. நகர்ப்புறத்துப் பெற்றோர்களிடத்தில் இருக்கும் இது குறித்த விழிப்புணர்வு சில விதிவிலக்குகளைத் தவிர்த்து கிராமத்துப் பெற்றோர்களிடம் நாம் பார்க்க முடியாது. அதனால் சாயுங்காலம் வகுப்புகள் முடிந்ததும் குழந்தைகளுடன் அவர்களது வீடுகளுக்குச் சென்று, பெற்றோருக்கு எடுத்துச் சொல்லி அங்கேயே தங்கி விட்டு மறுநாள் குழந்தைகளோடவே பள்ளிக்கூடத்துக்கு வருவோம்.

குழந்தைகள் தமக்கே உரிய ஆய்வு மனப்பான்மையோடும், தயக்கத்தோடும் பொருட்களை அணுகும்வரை பெற்றோர்களுக்குப் பொறுமை இருப்பதில்லை. பெற்றோர்கள் பலரும் தமது குழந்தைகள் பல்வேறு வகையான பொருட்களைக் கையாள அனுமதிப்பதில்லை. ஓரளவுக்கு விஷயம் தெரிந்தவர்களுக்கும் நேரம் போதுமானதாக இருப்பதில்லை. குழந்தைகள் செய்யும் சின்னச் சின்ன சேட்டைகளை பெற்றோர்கள் பெரிய தலைவலியாக எண்ணுகிறார்கள். அவர்கள் பொருட்களைக் கையாள்வது போலவே குழந்தைகளும் கையாள வேண்டும் என்று எதிர்பார்க்கிறார்கள். குழந்தைகள் பொருட்களை உடைத்துவிடுவார்கள், அல்லது பொருட்களால் குழந்தைகளுக்கு ஏதாவது ஆபத்து ஏற்பட்டு விடும் என்ற பயமும் பலநேரங்களில் பெற்றோர் குழந்தைகளை ஓர் எல்லைக்கு மேல் அனுமதிக்காமல் இருப்பதற்குக் காரணமாக அமைந்து விடுகிறது. இவற்றையெல்லாம் எடுத்துச் சொல்லி சில பெற்றோர்களிடத்தில் எங்களால் கொஞ்சம் மாற்றத்தை உண்டாக்க முடிந்தது. ஆனால் இவற்றையெல்லாம் பெற்றோர்களைவிட ஆசிரியர்கள்தான் சிறப்பாகச் செயல்படுத்த முடியும். குழந்தை மொழியினை மேம்படுத்துவது தொடர்பான பணிகளை இவர்களால்தான் மிகச் சரியாக வரையறுக்க முடியும். ஆனால், ஆசிரியர்கள் இந்த விஷயத்தில் அவ்வளவு அக்கறை செலுத்துபவர்களாக இல்லை.

குழந்தையானது தொடர்ச்சியான முறையில் தனது வாழ்க்கை அனுபவங்களோடும் பல்வேறு பொருட்களோடும் தனது மொழியிலேயே பேச முயல்வதை அனுமதிப்பது அவசியம் என்பதை நாங்கள் ஒரு கட்டத்தில் உணர்ந்தோம். அதனால் குழந்தை களை வீட்டிலிருந்து சில பொருட்களை நண்பர்களுக்குப் பரிசாகக் கொடுப்பதற்குக் கொண்டுவரச் சொல்லுவோம். குழந்தைகள் கோழி முட்டை, நாவல் பழங்கள், பனைவெல்லம் என்று யாரும் எதிர்பார்க்

காத விஷயங்களை எடுத்துக் கொண்டு வருவார்கள். கொண்டுவந்த பொருட்களை என்ன பொருளென்று யாருக்கும் தெரியாத விதத்தில் பேக் செய்து குழந்தைகளிடமே கொடுத்து விடுவோம். ஆனால் அவரவர் பொருட்களை அவரவர்களுக்குத் தராமல் மாற்றித் தந்துவிடுவோம். தாங்கள் கொடுத்த பொருட்களையே திரும்பவும் பேக் செய்து கொடுக்கிறார்கள் என்று அவர்கள் நினைத்துக் கொள்வார்கள்.

எல்லோரையும் வட்டத்தில் உட்கார வைத்துவிட்டு ஒருவர் கொண்டு வந்த பொருளை இன்னொருவருக்குப் பரிசாகக் கொடுக்கச் சொல்லுவோம். ஒவ்வொருவரும் அவரவர் நண்பருக்குத் தன்னுடைய பொருளைப் பரிசாகக் கொடுத்து விட்டுத் தன்னிடத்திலேயே வந்து உட்கார்ந்து கொள்வார்கள். இப்பொழுது நாங்கள் எந்தக் குழந்தையை சொல்கிறோமோ அந்தக் குழந்தை பொருளைப் பிரித்து வைத்துக் கொண்டு அந்தப் பொருளைக் குறித்துப் பேச வேண்டும். குழந்தைகளும் அவர்களுக்குத் தெரிந்த வார்த்தைகளைக் கொண்டு அந்தப்பொருளைக் குறித்து அழகாகப் பேசுவார்கள்.

சில குழந்தைகள் திணறுவார்கள். இந்தக் குழந்தைகளுக்கு அவர்கள் முதலில் கொண்டு வந்த பொருளைக் கொடுத்தே கடைசியாகப் பேசச் சொல்லுவோம். எந்தத் தடங்கலும் இல்லாமல் இப்பொழுது பேசுவார்கள். ஏனெனில் அந்தப் பொருளைக் குறித்து பேசுவதற்கு அவர்கள் ஏற்கெனவே தன்னைத் தயார்படுத்திக் கொண்டு வந்திருப்பார்கள். இந்தக் குழந்தைகளுக்கு சமயோசிதத் திறன் குறைவாக இருப்பதுதான் காரணம். அதே நேரத்தில் நாம் சொல்வது சரியா? தவறா? என்கிற இரண்டாம் சிந்தனை மற்றும் யாராவது நம்மைத் தவறு என்று சொல்லி விடுவார்களோ என்கிற அதீத தன்னுணர்வு இவையெல்லாம்தான் இந்தக் குழந்தையை இயல்பாகப் பேசவிடாமல் தடுக்கின்றன. இந்த அம்சங்கள் மிகுதியாக இருக்கும் குழந்தைகளை இந்த மாதிரியான பயிற்சிகளில் கண்டுபிடித்து அவர்களுக்கு மேலும் சில பயிற்சிகளைக் கொடுத்து இந்தப் பிரச்சனைகளை நீக்க முயற்சி செய்வோம். குழந்தைளுக்கு இருக்கும் இந்தப் பிரச்சனை நடிகனுக்கும் பிரச்சனையே. சமயோசிதத் திறனும் நடிப்பில் மிக முக்கியப் பங்கினை வகிக்கிறது.

பள்ளிக்கு வெளியே குழந்தைகளுக்கு ஏற்பட்ட அனுபவங்களைக் கேட்டுத் தெரிந்து கொண்டு மிகவும் எளிமையான வார்த்தைகளால்

அவ்வனுபவங்களைக் கதைகளாக்கிச் சொல்லுவோம். அடுத்த நாள் வரும்போது குழந்தைகளிடத்தில் ஒரு குட்டிக் கதையைத் தயார் செய்து கொண்டு வரச் சொல்லுவோம். அவ்வாறே அவர்களும் மிக அற்புதமான குட்டிக் கதைகளைத் தயார் செய்துகொண்டு வந்து எல்லோர் முன்னிலையிலும் சொல்லுவார்கள். அவர்களுடைய கற்பனைத் திறனும், படைப்பாற்றலும் அபாரமாக இருக்கும். சில குழந்தைகளுக்குக் கதைச் சொல்லும் கலை மிக இயல்பாகக் கைகூடி யிருக்கும். அந்த அளவுக்கு மிக எளிமையாகவும், சுவரஸ்யமாகவும் சொல்லிச் செல்வார்கள். இப்படிக் குழந்தைகள் சொன்ன மிக அற்புதமான கதைகளை ஒலிப்பதிவு செய்து இன்றும் கேட்டுக் கொண்டிருக்கிறேன்.

ஒருமுறை சென்னையிலிருந்து நாங்கள் சில பழுதடைந்த செல்போன்கள் மற்றும் வீடியோ கேம் ப்ளேயர்கள், கடிகாரங்கள், கார், லாரி போன்ற விளையாட்டுப் பொருட்களை வாங்கிக் கொண்டு போய் ஒவ்வொருவரிடமும் கொடுத்து, அப்பொருட்களை அக்குவேறு ஆணிவேறாகப் பிரித்துப் போட்டு விளக்கச் சொன்னோம். இத்தனைக்கும் பங்குபெற்ற எல்லோரும் பத்து வயது நிரம்பின குழந்தைகள். கார், லாரியைத் தவிர மற்ற பொருட்களின் உதிரிப் பாகங்களுக்கு அவர்களுக்குச் சரியாகப் பெயர் தெரியவில்லை. எங்களிடமும் கேட்டார்கள். எங்களுக்கும் தெரியவில்லை.

நாங்கள் அடுத்தமாதம் கேட்டுக் கொண்டு வந்து சொல்கிறோம் என்று சொல்லிவிட்டு வந்தோம். அடுத்த மாதமும் வந்தது. அந்தக் குழந்தைகள் காத்துக் கொண்டு இருப்பார்கள் என்பது எனக்கு நினைவில் இருந்தது. ஆனால், எங்களுக்குப் போவதற்கான சந்தர்ப்பங்கள் அதன் பிறகு கிடைக்கவே இல்லை.

ஆனால், இன்று வரைக்கும் அந்தச் சம்பவம் குறித்து யோசித்துக் கொண்டுதான் இருக்கிறேன். அன்றாட வாழ்க்கையில் புழங்கும் பொருட்களின் பெயர்கள் பெரியோர்களுக்கே சரியாகத் தெரியாத பட்சத்தில் குழந்தைகள் எங்கிருந்து கற்றுக் கொள்வார்கள்? இப்படியான சூழலில் வளரும் குழந்தைகளின் மொழி அறிவு எப்படி வளரும்? எங்கு இதில் தவறு நடக்கிறது? யார் இதைச் சரி செய்வது?

மொழிக்கும் குழந்தைக்கும் உள்ள உறவை வளப்படுத்துவதற்கான அரங்கப் பயிற்சிகளைச் குழந்தைகளுக்கும், ஆசிரியர்களுக்கும் வழங்கிய போது நான் பல அனுபவங்களைப் பெற்றேன். அவற்றில் சில அனுபவங்கள் நடிகனுக்கு மட்டுமல்ல, ஒரு சாதாரண மனிதனுக்கும் அவசியமானவை.

ஒன்று: மொழியை நெகிழ்ச்சியுடன் பயன்படுத்தும் திறமைதான் வாழ்க்கையின் பல்வேறு சந்தர்ப்பங்கள் ஏற்படுத்தும் நெருக்கடிகளை எதிர்கொள்ளக் கூடிய திறனை ஒருவருக்கு அளிக்கிறது.

இரண்டு: ஒரு கட்டத்தில், நம்மொழி குறிப்பிட்ட ஒரு சூழ் நிலைக்கேற்ற வெளிப்பாடு அல்லது எதிர்வினையாக இருக்கிறது. மற்றொரு சமயத்தில், நம்முடைய மொழிதான் அந்தச் சூழலையே வடிவமைக்கிறது. நம்மைச் சுற்றி நடக்கும் பல்வேறு சம்பவங்களை நமக்கு ஏற்புடையதாக மாற்றிக்கொள்ளவும் மொழி நமக்குப் பயன் படுகிறது. இந்தச் சம்பவத்தில் நாம் பங்கேற்பாளராக இருந்தாலும் சரி, பார்வையாளராக இருந்தாலும் சரி, மொழி இப்படியெல்லாம் நமக்கு உதவுகிறது.

மூன்று: நடிகனுக்கு மொழி அறிவு முக்கியம்.

மாணவப் பார்வை

பத்து நாட்கள் பயிற்சியளித்து எங்கள் நாடகத்தை இயக்கியவர் வாலறிவன். ஒரு மாதத்திற்கு முன்பே, நாடகத்தில் ஒரு பையனை ராஜாவாக நியமித்தோம். பயிற்சிகள் நடைபெற்றன. துரதிர்ஷ்டவசமாக, ராஜா வேடத்தில் நடிக்க வேண்டிய நடிகர் மேடையேற்றத்திற்கு மூன்று நாட்கள் இருக்கும்போது ஒத்திகைகளுக்கு வராமல் பின்வாங்கி விட்டார். அந்த ராஜா வேடத்தை எனக்கு அளித்தார். நாடகப் பிரதியில் இல்லாத பல வினோதமான நடத்தைகளை ராஜா கதாபாத்திரத்தில் சேர்த்து, கடைசி மூன்று நாட்களில் கதாபாத்திரத்தின் பயணத்தையும் நடத்தையையும் நான் புரிந்து நடிக்க பயிற்சிகளின் வழியாக உதவி செய்தார். மேடையில் ஒத்திகையில் நடித்ததை விட சிறப்பாக நடித்தேன். 'என் ஆன்மாவுக்கு இதுதான் தேவை' என்று அந்தத் தருணத்தில் உணர்ந்தேன்.

வாலறிவன் ஓர் அற்புதமான கலைஞர் என்பதால் அவருடன் பணியாற்றுவதை நான் மிகவும் ரசிக்கிறேன். நடிப்பு அமீபா போன்றது; அதற்குக் குறிப்பிட்ட வடிவம் இல்லை. வாலறிவன் சார் உட்பட ஒவ்வொரு கலைஞனின் சித்தாந்தமும் வித்தியாசமானது மற்றும் தனித்துவமானது. நான் வாலறிவனிடமிருந்து சில சித்தாந்தங்களை எடுத்து எனது சித்தாந்தத்துடன் கலந்தேன். அது அந்த ராஜா பாத்திரத்தை உடைத்து அதனுள் பிரவேசிக்க எனக்கு உதவி செய்தது.

மாசாந்த்
கூத்துப்பட்டறை நடிகர்.
கயமை கடக்கா, நீல நிற சூரியன் படங்களில் நடித்துள்ளார்.
கோயம்புத்தூர்.

அரங்கம் (Theatre) குழந்தைகளை என்ன செய்யும்? குழந்தைகள்.

- அவர்கள் அவர்களையே அறியத் தொடங்குவார்கள்.

- சக உயிர்களோடு இணைந்து ஒன்றை உண்டாக்குவதில் உள்ள தித்திப்பை ருசித்து மேலும் பூக்கத் தொடங்குவார்கள்.

- தன்னை தன்னோடு இணைப்பது மட்டுமல்லாமல், தன்னை மற்றவர்களோடும் வலுவாக இணைக்கத் தொடங்குவார்கள்.

- மெள்ள உருவாகிக் கொண்டிருக்கும் தன் 'நானை' விலகி நின்று விழிப்போடு கவனிக்கத் தொடங்குவார்கள்.

- அன்றாட வாழ்வில் உள்ள அபத்தங்களை எளிதில் அடையாளங் காணத் தொடங்குவார்கள்.

- அக்கணத்தில் இருப்பதற்கு, அக்கணமாக இருப்பதற்குத் தேவையான பழக்கத்தை வளர்த்துக்கொள்வதற்கு முதல் அடி எடுத்து வைப்பார்கள்.

- மேலும் உள்ள தொடக்கங்களுக்கும் அறிமுகம் ஆவார்கள்.

பாபு கஜேந்திரன்

முட்டாள் ஒருவன் ஒரு விவேகியிடம் போய் திராட்சை ரசம் வாங்கி வரக் கூஜாவுடன் ஒருநாள் அனுப்பப்பட்டான்.

போகும் வழியில் தனது அஜாக்கிரதையால் பாறையின் மீது மோதிக் கூஜாவை உடைத்து விட்டான் அந்த முட்டாள்.

பின்பு, விவேகியின் வீட்டினை அடைந்து வாசற் கதவைத் தட்டினான். வெளியே வந்தார் விவேகி.

வெளியே வந்த விவேகியிடம், கூஜாவின் கைப்பிடியைக் கொடுத்து விட்டு "அவர் இந்தக் கூஜாவை உங்களிடம் ஒப்படைக்கச் சொன்னார். ஆனால், ஒரு பயங்கரமான கல் அதை என்னிடமிருந்து திருடி விட்டது" என்றான் முட்டாள்.

அந்த பதிலைக் கேட்டு ஆச்சரியப்பட்டுப் போன விவேகி, வந்தவன் புத்தி பேதலித்து விட்டானா? என்று பரிசோதிக்க எண்ணினார்.

"கூஜா திருடப்பட்டு விட்டதால், அதன் கைப்பிடியை மட்டும் ஏன் என்னிடம் தருகிறாய்?" என்று விவேகி கேட்டார்.

"நான் பிறர் சொல்வது மாதிரி முட்டாளில்லை என்பதை நிரூபிப்பதற்காகவே கைப்பிடியைக் கொண்டு வந்தேன்." என்று விவேகியிடம் முட்டாள் சொன்னான்.

சூஃபி கதைகள்.

(தமிழில் சஃபி)

: அண்ணே ஐஸ் ஹவுஸ் எப்படி போணும்?

: ஐஸோடுதான்!

: இந்த இந்தியாவிலேயே பர்பெக்ட்டா அட்ரஸ் சொல்றது இவன் ஒரே ஆள்தான். ஏய் மேட்டர முடிச்சிக் குடுத்துட்டு கில்மா வாங்கி வைடா

: சரிணா. நாம அப்படிக்கா போகலாம்.

: சரிண்ணே

: எங்க போகணும்?

: ஐஸ் ஹவுஸ் போகணும்

: இப்படிக்கா குந்து

: சொல்லுங்கண்ணா

: இப்படிக்கா நேரா போகனும்னு வைய்யி

: ஆ..

: லெப்ட்ல ஒரு கட்டடத்தொட்டி இருக்குது. அது நமக்குத் தேவையில்ல

: சரிண்ணே

: ரைட்டுக்கு வா, மவனே நூல் புடிச்சாப்ல நேரா போனேன்னு வைய்யி

: சரிண்ணே

: இப்படிக்கா ரொம்ப நாளா ஒரு பீச்சு ஒண்ணு இருக்குதுப்பா

: சரிண்ணே

: அது நமக்குத் தேவையில்ல

: ஆங்..

: லெப்டுக்கா வா, தலைவருங்க சமாதியெல்லாம் இருக்குது. தலைவருங்க நமக்காக என்னாதான் ஒழப்பு ஒழச்சிருக்காங்க

: ம்ம்

: ஆங்ங்..அது நமக்கு என்னாத்துக்கு. இப்பிடிக்கா போனா கொருக்குப்பேட்டை, வண்ணாரப்பேட்டை, பாரிஸெல்லாம் இருக்குது

: ம்ம்

: அது நமக்குத் தேவையில்ல.

: ம்ம்

: இப்பிடிக்க ரைட்டு வா. இப்பிடிக்கா வந்தீன்னு வை ஆல் இண்டியா ரேடியோ இருக்குது. அப்பிடிக்கா போனீன்னு வை எஸ்டேட்டு இருக்குது

: சரிண்ணே

: மவனே அப்பிடிக்கா லெப்டு வந்தீன்னு வைய்யி. ஐயப்பன் கோயில் ஒண்ணு கட்டியிருக்கான் பாரு. என்னா வேலைப்பாடுப்பா.

: ம்ம்

: ஏய், கும்புட்டுக்கடா கையிதே

: ஐய்யப்பா

: ஆமா எங்க போணும் நீ

: தெரியலியே

: அட பொறம்போக்குப் பைய்யா, போற எடந்தெரியாமலயா சுத்தினு இருக்க

நீ.., சரிதான்.

உன்வழிக்கே வர்றேன், இப்பிடிக்கா போனா மந்தவெளி போனுமா?

: ஆஹங்..

: மைலாப்பூரு...?

: ஆஹங்..

: ராயப்பேட்டை?

: இல்ல..

: மவனே எங்கதாண்டா போவணும் நீ?

இப்ப ஐஸ் ஹவுஸ் மணிக்குண்டாண்ட வந்திருக்கடா. இங்க பாரு..

: அங்கதாண்ணா போவணும்

: ஆஹா..அட கூமுட்ட இதா இருக்குது பாரு போ..

: வர்றேண்ணா..

: அடிங்கு என்னடா என்னடா வர்றேண்ணாண்ட்டு போற. மவனே நூறுரூவா துட்டு குடுத்துட்டுப் போடா

: நான் எதுக்குக் குடுக்கணும்?

: எதுக்கா?

: டாக்ஸியில மட்டும் போயிருந்தேன்னு வைய்யி. மவனே நாநூறு ரூவா தாளிச்சிட்டு இருந்திருப்பானுங்கோ. சிட்டி பூரா நாப்பது கிலோ மீட்டரு

சுத்திக் காமிச்சிருக்கேன்..எட்ராவுங்கோ..எடுத்துக் குடுத்துட்டுப்போ.

: அடிக்காதப்பா

: எட்ராவுங்

: இந்தா...

: என்ன நெனச்சுக்கின நீயி...என்னடா டவுசருல கைய்யவிட்டு சொறிஞ்சிக்கினு இருக்குற

: இந்தாப்பா

: சரிதாம்போ

: ஆமா மணிகூண்டுக்கு என்னாத்துக்குப் போற?

: ஆ..மணி பாக்கத்தான்.

: அங்..மணி பாக்கவா....ஆப்புக்கு தேத்திக்கினேன்.

இந்த வசனத்தை எந்தப் படத்தில் யார் யாரிடம் பேசி நடித்தார்கள் என்று நினைத்துப் பார்க்காமலேயே முதலில் படித்துப் பாருங்கள். முடிந்தால் ஒரு நண்பரோடு சேர்ந்து நடித்துப் பாருங்கள். நீங்கள் தனியாகப் படித்துப் பார்க்கும்போதோ அல்லது நண்பருடன் சேர்ந்து நடித்துப் பார்க்கும்போதோ நீங்கள் என்ன அனுபவத்தை அடைந்தீர்கள் என்பதைக் குறித்துக் கொஞ்சம் சிந்தியுங்கள். குறைந்தபட்சம் மனதளவிலாவது ஒரு ஒத்திகை பார்த்த பிறகு அடுத்த பத்தியைப் படிக்கச் செல்லுங்கள்.

இந்த வசனம் 'துள்ளாத மனமும் துள்ளும்' படத்தில் இடம் பெற்றதுதான் என்று உங்களில் சிலருக்குத் தெரிந்திருக்கலாம். தெரிந்த

வர்களும் சரி, தெரியாதவர்களும் சரி நீங்கள் நடிப்பில் ஆர்வமுள்ளவராக இருந்தால் இப்பொழுது டவுஸர்பாண்டியையும், மனோகரையும் நினைத்துப் பாருங்கள். நகைச்சுவை என்பது இந்த வசனத்தில் மட்டும் இருக்கிறதா அல்லது இந்த வசனத்தைப் பேசி நடித்த நடிகர்களிடம் இருக்கிறதா அல்லது வசனமும் நடிகர்களின் நடிப் பாற்றலும் ஒன்றாக இணைந்ததில் வெளிப்படுகிறதா என்பதைக் கொஞ்சம் கூர்ந்து சிந்தித்துப் பாருங்கள்.

தமிழ் சினிமாவின் சிறந்த நகைச்சுவைக் காட்சிகளில் இதுவும் ஒன்று. குறிப்பாக, இந்தக் காட்சியை நான் ஏன் தேர்ந்தெடுத்தேன் என்றால் சென்னையின் வட்டார மொழியை டவுஸர் பாண்டி இதில் மிகச் சிறப்பாகப் பேசியிருப்பார். நடிகனுக்கு வட்டார மொழியைப் பேசி நடிப்பது திறமைக்கு சவால் விடும் ஒன்று. டவுஸர் பாண்டி அந்தச் சவாலை மிக இயல்பாகக் கையாண்டிருப்பார். கிட்டதட்ட மூன்று நிமிடங்கள் நீளும் இந்தக் காட்சியில் தியேட்டர்களில் பார்வையாளர்கள் விழுந்து விழுந்து சிரித்தார்கள். நான் இந்தப் படத்தை ஆம்பூர் கிருஷ்ணா தியேட்டரில் தொடர்ந்து ஐந்து முறை பார்த்திருக்கிறேன். அதற்கான காரணங்களில் இந்த நகைச்சுவைக் காட்சியும் ஒன்று.

தமிழகம் முழுவதும் பல கல்லூரிகளில், பள்ளிகளில் இந்தக் காட்சியை மாணவர்களிடம் கொடுத்து அவர்களது வட்டாரத்துக்கு ஏற்றாற்போல் மாற்றி நடிக்கச் சொல்லி அவர்களுக்கு இடையே போட்டியும் வைத்திருக்கிறேன். சுமார் ஐம்பது ஜோடிகள் இந்தக் காட்சியை நடித்துக் காண்பித்தார்கள். அதில் ஐந்து ஜோடிகளின் நடிப்பாற்றலை என்னால் எப்பொழுதும் மறக்க முடியாது. ஐந்தில் ஒரு ஜோடி திருத்தணியைத் தாண்டி ஆந்திர எல்லைக்குட்பட்ட தீனபந்துபுரம் எனும் ஊரில் உள்ள ஒரு தொண்டு நிறுவனப் பள்ளிக்குப் பக்கத்து ஊரிலிருந்து வந்து ஏழாம் வகுப்பு படிக்கும் கஜேந்திரன், பாபு எனும் இரண்டு சிறுவர்களின் ஜோடிதான்.

இருவருக்கும் அவ்வளவாகத் தமிழ் தெரியாது. தாய்மொழியான தெலுங்கில்தான் படித்தார்கள். தமிழைக் கொச்சையாகப் பேசினார்கள். அந்தக் கொச்சையிலும் ஒரு அழகு மிளிர்ந்தது. நான் அவர்களை அந்தக் கொச்சையான தமிழிலேயே பேசி நடிக்கச் சொன்னேன். முதலில் இவர்கள் இரண்டு பேரும் வேறு வேறு

ஜோடிகளாக இருந்தவர்கள். இரண்டு பேரையும் ஒரு ஜோடியாக மாற்றினேன். இவர்கள் இரண்டு பேருக்கும் நன்றாக ஒத்துப்போகும் என்று எனக்குத் தோன்றியது. நடிப்பில் உடன் நடிப்பவரின் ஒத்துழைப்பு மிகவும் முக்கியமானது. இருவருக்குமான ஒத்திசைவு பிசகிவிட்டால் அந்தக் காட்சி விகாரமாகிப் போய்விடும்.

இவர்கள் இருவரும் இந்தக் காட்சியின் சாராம்சத்தை மட்டும் எடுத்துக் கொண்டு இவர்களது வட்டார மொழியில் மிகவும் அற்புதமாகப் பேசி நடித்தார்கள். அவர்களிடமிருந்து நான் கண்ட நடிப்பாற்றலைக் கூத்துப்பட்டறையில் பத்துவருடங்கள் பயிற்சி எடுத்துக் கொண்ட நடிகர்களிடமும் நான் கண்டதில்லை. அவர்கள் இருவரும் காட்டுக்கு நடுவில் இருப்பதாகக் காட்சியை மாற்றிக் கொண்டார்கள். வழிதெரியாமல் தவிக்கும் ஒருவருக்கு இன்னொருவர் வழி சொல்வதாக வசனங்களை மாற்றிக் கொண்டார்கள். படத்தில் ஒரே இடத்தில் நிகழ்வதாக இருந்ததை இவர்கள் காட்டில் பல இடங்களில் சுற்றித் திரிந்தபடியே பேசிச் செல்லும் விதமாக மாற்றிக் கொண்டார்கள். மூன்று நிமிடக் காட்சியை ஐந்து நிமிடக் காட்சியாக விரித்துக் கொண்டார்கள். அடுத்து என்ன? அடுத்து என்ன? என்ற ஆர்வத்தையும் ஏற்படுத்தி அதே நேரத்தில் வயிறு குலுங்கச் சிரிக்க வைத்துக் கொண்டும் இருந்தார்கள்.

பயிற்சியை முடித்து விட்டு சாயுங்காலம் ஓய்வு அறைக்கு வந்ததும் எப்படி இவர்களால் இந்த அளவுக்கு ஜனரஞ்சகத் தன்மையோடு இந்தக் காட்சியை வடிவமைத்து நடிக்க முடிந்தது என்று யோசித்துக் கொண்டிருந்தேன். மறுநாள் தேநீர் இடைவேளையில் அவர்கள் இருவரிடமும் எப்படி இந்தக் காட்சியை வடிவமைத்தீர்கள்? என்று சிரித்தபடி கேட்டேன். நான் அவர்களிடம் எதற்காகக் கேட்கிறேனோ என்று பயந்த அவர்கள் சிரித்து மழுப்பி நழுவிக் கொண்டார்கள். அன்றைக்கு விட்டு விட்டு அடுத்த நாள் பயிற்சியின் இறுதியில் அவர்கள் இருவருக்கும் பரிசு கொடுத்துப் பாராட்டிப் பேசி இந்தக் காட்சியை எப்படி வடிவமைத்து நடித்தீர்கள்? என்று உங்கள் அனுபவத்தை நீங்கள் மேடையில் பகிர்ந்துகொள்ள வேண்டும் என்று மேடையேற்றி விட்டேன்.

இருவரில் பாபு பேச ஆரம்பித்தான்.

“நாங்க ரெண்டு பேரும் எங்க ஊர்ல ரொம்ப திக் பிரெண்ட்ஸ். எங்க போனாலும் ஒண்ணாதான் போவோம்; ஒண்ணாதான் வருவோம். ஒரே கலர்லதான் ட்ரெஸ் பண்ணுவோம். ஒரே மாதிரிதான் முடி வெட்டிக்குவோம். இதெல்லாம் நாங்க பிரெண்ட்ஸ் ஆன பின்னாடி. நாங்க ரெண்டு பேரும் இப்படி திக் பிரெண்ட்ஸ் ஆகறதுக்குக் காரணம் அதோ அந்த மலைக்காடுதான். அங்க ஒரு ஞாயித்துக் கிழமையில காரப்பழம் புடுங்கிச் சாப்பிடலாம்னு போயிருந்தேன். போனப்ப பூந்துப் பூந்து போயிட்டேன். ஆனா திரும்பி வர்றதுக்கு வழி தெரியல. சுத்தி சுத்தித் தேடுறேன். புடுங்கி வெச்சிருந்த காரப்பழம் எல்லாத்தையும் சாப்பிட்டதால தொண்ட தாகம் வேற மண்டைய பிக்குது. என்ன பண்றது ஏது பண்றதுன்னு ஒண்ணுமே விளங்கல. அந்த நேரத்துலதான் கஜேந்திரன் பம்பரம் செய்யுறதுக்கு மரம் வெட்டிட்டுப் போக நான் இருந்தப் பக்கமா வந்தான். அப்ப கடவுளே வந்த மாதிரி இருந்தது எனக்கு. இதோட எங்க ஊர்ல ஒரு தாத்தா பாட்டி இருக்காங்க. அவங்க ரெண்டு பேரும் ராத்திரியான கடுமையா சண்ட போட்டுக்குவாங்க. பகல்ல திண்ணையில பேசி சிரிச்சிக்கிட்டுக் கிடப்பாங்க. அவங்க ரெண்டு பேரும் காட்டுல சண்ட போட்டுக்கிட்டா எப்பிடி இருக்கும்னு யோசிச்சோம். கூடவே எங்க ஊர்ல ஒரு பைத்தியமான ஒருத்தரு இருக்காரு. அவரு கெங்கப்பா. நான் மனசால கெங்கப்பா மாதிரியும் உடம்பால சண்டக்காரன் தாத்தா மாதிரியும் நடந்து கிட்டேன். கஜேந்திரன் மனசால சண்டக்காரப் பாட்டி மாதிரியும், உடம்பால கெங்கப்பா மாதிரியும் நடந்து கிட்டான். அதெ அப்பிடியே நாங்க ரெண்டு பேருமா பண்ணிப்பார்த்தோம். நல்லா வர்ற மாதிரி இருந்திச்சி. இங்க அதையே பண்ணிட்டோம். இன்னும் கொஞ்சம் நேரம் கிடைச்சிருந்தா இன்னும் நல்லா பண்ணியிருக்கலாம்.” என்றான்.

ஒரு நடிகன்தான் ஏற்று நடிக்கும் பாத்திரத்தை வடிவமைப்பதற்கான தரவுகளை எப்படி, எங்கேயெல்லாம் எடுத்துக் கொள்ள முடியும் என்பதற்கு பாபுவின் இந்தப் பதிலைத்தான் இன்றைக்கும் எனது நடிப்பு வகுப்புகளில் உதாரணமாகச் சொல்லிக் கொண்டிருக்கிறேன். நான் அவர்களது கிராமத்திற்குப் போயிருந்த போது சண்டை போட்டுக் கொள்ளும் தாத்தா பாட்டியையும், மனநிலை பாதிக்கப் பட்டவரையும் காட்டி அவர்களது உடல்மொழி, மற்றும்

பேசும் விதத்தைக் கவனிக்கச் சொல்லியிருந்தேன். போகிற போக்கில் கேட்டுக் கொண்டு, விட்டு விடுவார்கள் என்றுதான் நான் நினைத்தேன். கவனித்த நபர்களை இப்படி நடிப்பில் இணைத்து வெளிப்படுத்துவார்கள் என்று நான் கொஞ்சமும் எதிர்பார்க்கவில்லை. வாய்ப்புகளை உருவாக்கித் தந்தால் எதிர்காலத்தில் மிகச் சிறந்த கலைஞர்களாக வருவார்கள் என்று நினைத்து அன்றைக்கு மனமே இல்லாமல் அவர்களிடமிருந்து விடைபெற்றுக் கொண்டு வந்தேன்.

நடிப்பு என்றால் என்ன என்பதை அழகாக மிக எளிமையாக சொல்லிக் கொடுத்த இரு குட்டி ஆசான்கள் பாபுவும் கஜேந்திரனும்.

மாணவப் பார்வை

வாலறிவன் சாருடன் பணிபுரிந்தது அற்புதமான அனுபவம். பாத்திரத்தின் தேவைகள் ஒரு காகிதத்தில் விளக்கப்பட்டபோது, நடிக்கப்பட வேண்டிய கதாபாத்திரத்தின் உள்ளே இருந்து சிந்திக்க அவர் எவ்வாறு விளக்குகிறார் என்பதை விளக்கினார். மற்றும் சித்திரிக்கப்பட வேண்டிய பாத்திரத்தை ஜீரணிக்க ஒப்பீட்டளவில் எளிதாக இருந்தது. நடிகர்கள் சிந்திக்கத் தொடங்குவதற்கு என்ன தேவை என்பதைச் செயல்படுத்த அவர் நேரத்தைக் கொடுக்கிறார், பின்னர் கதாபாத்திரத்தின் தோலுக்குள் நுழைவதற்கு வெவ்வேறு நுட்பங்களைக் கொண்டிருந்தார். மேடை பயமோ கேமரா வெட்கமோ மாஸ்டரிடம் பயிற்சி பெறும் போது இருக்காது. நடிக்க விரும்புபவர்களுக்கு வாலறிவன் சாரை சிபாரிசு செய்வேன்.

- விஷ்ணு சேதுராமன்
சென்னை

உன் பார்வையே

உன் விதி

- சுகுமாரன்

நம்மை நாம் பேசலாம்

கூத்துப்பட்டறை டாடா அறக்கட்டளையோடு இணைந்து இளைஞர்கள் மத்தியில் அரங்கியல் விழிப்புணர்வு ஏற்படுத்தும் நோக்கத்தில் தமிழகத்தின் ஐந்து முக்கிய நகரங்களிலுள்ள ஐந்து கல்லூரிகளைத் தேர்ந்தெடுத்தது. ஒவ்வொரு கல்லூரியிலும் வீதி நாடகங்களில் விருப்பமுள்ள மாணவ, மாணவியரைக் கொண்டு ஒரு வீதி நாடகக் குழுவை உண்டாக்கி, அந்தக் குழுவைக் கொண்டு, அந்தக் கல்லூரியைச் சுற்றியுள்ள பள்ளிகள், பிற கல்லூரிகள், கிராமங்கள் ஆகியவற்றில் வீதி நாடகங்களை நடத்தி சமூகத்தில் ஒவ்வொருவருக்கும் தனிநபர் விழிப்புணர்வை உண்டாக்கும் இலக்கோடு தொடர்ந்து இரண்டு கல்வியாண்டுகள் வேலை செய்தது.

நாகர்கோவில் இந்து கல்லூரி, திருச்சி பிஷப் ஹீபர் கல்லூரி, கோவை ஜீஆர்டி கல்லூரி, புதுவை பாரதிதாசன் கலைக்கூடம், மதுரை அமெரிக்கன் கல்லூரி ஆகிய கல்லூரிகளில் கூத்துப்பட்டறையின் நடிகர்கள் வேலை செய்து கொண்டிருந்தோம். எனக்கு திருச்சி பிஷப் ஹீபர் கல்லூரி ஒதுக்கப்பட்டிருந்தது. இலக்கிய உலகில் நன்கு அறியப்பட்டவரான பூர்ணச்சந்திரன் அந்தச் சமயத்தில் கல்லூரியின் தமிழ்த்துறைத் தலைவராக இருந்தார். நவீன நாடகச் செயல்பாடுகளின் மீது அவருக்கு இருந்த அபிமானத்தினால் ஒரு வீதி நாடகத்தை உருவாக்குவதற்கான எல்லாவிதமான உதவிகளையும் செய்து கொடுத்தார்.

பதினைந்து நபர்களைக் கொண்ட ஒரு குழுவோடு ஒரு கல்வி யாண்டு என, இரண்டு கல்வியாண்டுகளில் முப்பது மாணவ மாணவியரோடு சேர்ந்து சுமார் முன்னூறு வீதி நாடகங்களை நிகழ்த்தி

இருக்கிறேன். இந்த முப்பது நபர்களும் நடுத்தரக் குடும்பத்துப் பிள்ளைகள். பெரும்பாலும் அவர்களது குடும்பங்களில் கல்லூரிக்கு வரும் முதல் தலைமுறை. படிப்பைத் தவிர பாட்டு, நடனம், எழுத்து என எல்லாக் கலைகளிலும் அவர்களுக்கு ஆர்வம் இருந்தது. ஆனால் பெற்றோர்கள் அவ்வளவுக்கு ஈடுபாடு காட்ட வில்லை. கல்லூரியில் கூட ஒருசில பேராசிரியர்கள் 'கூத்தாடிக் கூட்டம்' என்றுதான் நினைத்தார்கள். அவர்களுக்கு நாடகத்தின் மீது புரிதல் கிடையாது. நாடகத்தினுள் இருக்கும் 'வாழ்வியல் கல்வி'யின்மேல் அக்கறையும் கிடையாது.

நேஷனல் கல்லூரியில் தமிழ்த்துறையில் பணிபுரியும் ஒரு பேராசிரியர் "அரங்கம் என்றால் என்ன?" என்று என்னைக் கேட்டிருக்கிறார். பெரும்பாலான பேராசிரியர்களின் நாடகம் குறித்த புரிதல் இந்த அளவுக்குத்தான் இருக்கிறது.

முதல் கல்வியாண்டில் மாணவர்கள் எளிதாகக் கிடைத்து விட்டார்கள். இரண்டாம் ஆண்டில்தான் மிகவும் சிரமப்பட்டோம். வகுப்புகளின் பொறுப்பாசிரியர்கள் எடுத்துச் சொல்லி மாணவர்கள் வந்து சேர்ந்தார்கள். ஒருவழியாக எட்டு மாணவர்களும், ஆறு மாணவியருமாக மொத்தம் பதினான்கு நபர்கள் கொண்ட ஒரு குழுவாக உருவானது. முதல் கல்வியாண்டில் இருந்த மாணவர்களை விட, இவர்கள் மிகுந்த ஆர்வத்தோடும் உத்வேகத்தோடும் இருந்தார்கள். மாதத்தில் பத்து நாட்களில் நடக்கும் வீதிநாடகப் பயிற்சிகளில் தவறாமல் கலந்து கொண்டார்கள். கல்வி குறித்தும், சமூகம் குறித்தும், உறவுகள் குறித்தும் தேடலோடு விவாதித்தார்கள். ந. முத்துசாமி எழுதிய 'இப்போது நம்மை நாம் பேசலாம்' என்ற வீதி நாடகத்தை உருவாக்குவதில் இந்த மாணவர்களோடு சேர்ந்து மிகுந்த ஆசையோடும் பொறுப்போடும் ஈடுபட்டேன்.

கல்வியில் பின்தங்கியவர், சமூகத்தில் பின்தங்கியவர், பொருளாதாரத்தில் பின்தங்கியவர், உறவுகளால் ஒதுக்கப்பட்டவர், விளையாட்டின் வெற்றி, தோல்விகளை வாழ்க்கையோடு ஒப்பிட்டுச் சொல்லும் உடற்பயிற்சி ஆசிரியர், கணவனால் கைவிடப்பட்ட கல்வியில்லாத பெண், படிப்பில் ஆர்வமிருந்தும் வசதியில்லாத காரணத்தினால் கல்வியின்மீது தீராத ஏக்கத்தில் கிடக்கும் சிறுமி என சமூகத்தின் விளிம்புநிலைப் பிரதிநிதிகள் எல்லோரும் ஒன்றாகச்

சேர்ந்திருந்தார்கள், ந. முத்துசாமியின் 'இப்போது நாம் நம்மை பேசலாம்' என்கிற வீதி நாடகத்தின் பிரதியில். இவர்கள் எல்லோரும் ஒன்று கூடி, பார்வையாளர்களையும் சேர்த்துக் கொண்டு வாழ்க்கை குறித்தும், சமூகம் குறித்தும், மேம்பட்ட வாழ்க்கையை எப்படி வாழ்வது, அதற்கான தகுதிகளை ஒவ்வொருவரும் தன்னளவில் எப்படி வளர்த்துக் கொள்வது என்பது குறித்தும் பொதுவில் வைத்து விவாதிக்கும் விதத்தில் ஒரு "சமூக அரங்காக" வீதி நாடகத்தை வடிவமைத்திருந்தோம்.

மாணவர்கள் தங்களுடைய சமூகத்தின் அரசியல், பொருளாதார, வாழ்க்கை நிலைமைகளைப் புரிந்துகொள்ள மாணவர்களுக்குச் செய்தித்தாள்களை, முக்கியமான புத்தகங்களைக் குழுவாக வாசித்து விவாதிப்பது, மருத்துவமனைகள், சந்தைகள், பேருந்து நிலையங்கள் ஆகிய மக்கள் கூடும் இடங்களுக்குச் சென்று மனிதர்களை ஒவ்வொருவரும் கூர்ந்து கவனித்து குறிப்புகள் எடுத்துக் கொண்டு வந்து பொதுவில் வைத்துத் தங்களது அனுபவங்களைப் பகிர்ந்து கொள்வது இப்படி ஏராளமான பயிற்சிகளின் மூலமாக மாணவர்களுக்குப் பயிற்சிகள் கொடுக்கப்பட்டன. அவ்வப்போது அரங்கப் பயிற்சிகளும் கொடுக்கப்பட்டன. முதல் ஆறுமாதங்களுக்கு நடந்த இந்தப் பயிற்சிகளினால் மாணவர்கள் தங்களது சுயபார்வையை வளர்த்துக் கொண்டார்கள். சமூகத்தின் எந்த விஷயம் குறித்துக் கேட்டாலும் முன்வந்து தன்னுடைய நிலையில் நின்று தெளிவாகப் பேசப்பழகிக் கொண்டார்கள்.

ஒருநாள் நாங்கள் எல்லோரும் சேர்ந்து கீரனூர் பக்கத்திலுள்ள ஒரு கிராமத்திற்குச் சென்றோம். அந்தக் கிராமத்திலும், அதனைச் சுற்றியுள்ள கிராமங்களிலும் வீதிநாடகம் போடுவது என்பது அன்றையத் திட்டம். அதற்காக நாங்கள் ஒரு புதிய முயற்சியில் இறங்கினோம். ஒவ்வொரு மாணவரும் ஒவ்வொரு குடும்பத்தைத் தேர்ந்தெடுத்து அந்தக் குடும்பத்தில் எத்தனை உறுப்பினர்கள் இருக்கிறார்கள்? ஒவ்வொருவரும் என்ன செய்கிறார்கள்? வருமானம் பார்ப்பவர்கள் எத்தனை நபர்கள்? வீட்டோடு இருப்பவர்கள் எத்தனை நபர்கள்? ஒவ்வொருவரும் என்ன படித்திருக்கிறார்கள்? அந்தக் குடும்பத்தின் முக்கியப் பிரச்சனைகள் என்னென்ன? அந்தப் பிரச்சனைகள் யாரால் வந்தது? என்றெல்லாம் பேட்டி எடுத்துக் கொண்டு வந்து மதிய உணவு முடித்ததும் ஒன்றாக உட்கார்ந்து

விவாதித்தோம். பதினைந்து நபர்களும் ஒவ்வொரு உணர்வுப் பூர்வமான கதையைக் கொண்டு வந்திருந்தார்கள். ஒவ்வொருவரும் சொல்லச் சொல்ல, நடுத்தர ஏழ்மைக் குடும்பங்களின் நிலை கண்முன்னால் வந்து நின்றது. சில கதைகள் கண்ணீர் வரவழைத்தன; சில கதைகள் சிரிக்க வைத்தன. மொத்தத்தில் முதலாமாண்டு படித்துக் கொண்டிருக்கும் கல்லூரி மாணவர்களுக்கு வாழ்க்கை குறித்து ஓர் ஆழமான புரிதலை உண்டாக்கியது எங்களுடைய இந்தப் புதிய முயற்சி.

அன்று சாயுங்காலம் வீதி நாடகம். அந்தக் குக்கிராமத்தில் இருந்த கோயில்முன் அனைவரும் கூடி நாடகத்தைப் பார்க்க ஆவலோடு காத்துக் கொண்டிருக்கிறார்கள். எங்களுடைய வீதி நாடகத்தில் முதலில் எல்லோருக்குமான கடவுள் திரைக்குப் பின்னால் உருவாகி நாடகத்தின் மற்ற பாத்திரங்களோடும், பார்வையாளர்களோடும் இந்த நாடகத்தின் அவசியம் குறித்து எடுத்துச் சொல்லி விட்டு நடுவில் அமர்ந்துகொள்ள அதன்பின்பு நாடகம் நடக்கும். நாடகத்தின் இடையிடையில் பாத்திரங்கள் தங்களது வாதத்தை உறுதிப் படுத்திக் கொள்ள கடவுளை அழைப்பார்கள். அவரும் உள்ளதை உள்ளபடி எந்தப் பக்கமும் சாயாமல் நியாயம் சொல்லுவார். ஒரு கட்டத்தில் கடவுள், நாடகத்தின் மீதமுள்ள பாத்திரங்கள், பார்வையாளர்கள் எல்லோரும் ஒன்றாகச் சேர்ந்து அந்தப் பகுதியின் முக்கிய பிரச்சனைகளைக் குறித்து விவாதிப்பார்கள்.

இந்த விவாதத்தில் கடவுளின் ஆலோசனைகள் மிக முக்கியத்துவம் வாய்ந்ததால் கடவுளாக நடிக்கும் நடிகர், நாடகம் தொடங்குவதற்கு முன்பாகவே அன்றைக்கு நாடகத்தில் பேச இருக்கும் விசயங்கள் குறித்து ஆழ்ந்த புரிதலை ஏற்படுத்திக் கொள்வார். தெரியாத, புரியாத விசயங்கள் குறித்து சகநடிகர்களிடமும், என்னிடமும் கேட்டுத் தெரிந்து கொண்டு பொறுப்புணர்ந்து தன்னைத் தயார்படுத்திக் கொள்வார். சில இடங்களில் வித்தியாசமான அதே நேரத்தில் மிக முக்கியமான பிரச்சனைகள் விவாதத்திற்கு வரும்.

இந்தக் கிராமத்திலும் அப்படி ஒரு பிரச்சனை விவாதத்திற்கு வந்தது.

கல்லூரியில் இரண்டாம் ஆண்டு படிக்கும் மாணவிக்கு சிறுநீர் கழிப்பதில் ஒரு பிரச்சனை. இது அவளுக்குப் பள்ளிக்

காலத்திலிருந்தே இருக்கும் பிரச்சனை. அதை அவள் யாரிடமும் சொல்லாமல் வைத்திருக்கிறாள். அவளுடைய நெருங்கிய தோழி இந்த நாடகக் குழுவில் இருந்த மாணவியிடம் சொல்லியிருந்தாள். பிரச்சனைக்குரிய அந்த மாணவியும் அவளது பெற்றோர்களும் அந்தக் கூட்டத்திலேயே இருக்கிறார்கள். குழுவிலிருக்கும் மாணவி எழுந்து கடவுளிடம் தன்னுடைய நீண்ட நாள் பிரச்சனையாக எடுத்துச் சொல்லி கடவுளிடம் தீர்வு கேட்டாள். உண்மையிலேயே பிரச்சனைக்குரிய மாணவியின் கண்களிலிருந்து கண்ணீர் வடிந்தது.

கடவுள் மெள்ள தனது வேலையை ஆரம்பித்தார். அந்தப் பெண்ணின் அம்மாவை எழுப்பி, உங்களுடைய பெண்ணுக்கு இந்தப் பிரச்சனை இருந்தால் நீங்கள் அதை எப்படி எதிர்கொள்வீர்கள் என்று கேட்டார். அதற்கு அந்த அம்மாள் "இதே பிரச்சனை என்னுடைய மகளுக்கும் இருந்தது. எட்டாம் வகுப்பு படிக்கும் வரை தினமும் காலையில் வீட்டில் இது ஒரு பிரச்சனையாக வெடிக்கும். என்னுடைய மகள் கொஞ்சம் பயந்த சுபாவம். அதனால் படுக்கையில் கழிந்து விடும் வழக்கம் அவளுக்கு இருந்தது. கர்த்தரிடம் என் குடும்பம் தொடர்ந்து மன்றாடியதால் இப்பொழுது அவள் எந்தப் பிரச்சனையும் இல்லாமல் சுகத்துடன் இருக்கிறாள்." என்றார்.

இப்பொழுது கடவுள் எங்கள் குழுவின் பெண்ணைப் பார்த்தார். "இந்தப் பிரச்சனையின் தொடக்கப்புள்ளியை உங்களால் யூகித்துச் சொல்ல முடியுமா?" என்றார்.

பள்ளிக்காலத்திலிருந்தே எனக்கு அடிக்கடி சிறுநீர் கழிக்கும் பழக்கம் இருந்தது. அதனால் ஒரு வகுப்பு முடிந்ததும் எழுந்து போய் விட்டு வருவேன். சில சமயங்களில் வகுப்பு முடிந்ததும் அடுத்த வகுப்பு வாத்தியார் உடனே வந்து விடுவார். போக முடியாமல் அந்த வகுப்பு முடியும்வரை அடக்கிக் கொண்டு உட்கார்ந்து கொள்வேன். அது மட்டுமில்லாமல், எங்களுடைய வகுப்பிலிருந்து ரொம்ப தூரம் நடந்து போய்தான் சிறுநீர் கழிக்க வேண்டியிருந்தது. போய்விட்டுத் திரும்பி வருவதற்குள் அடுத்த வகுப்பு வாத்தியார் வந்து பாடத்தை நடத்திக் கொண்டிருப்பார். எதற்கு வெளியே போனாய் என்று திட்டுவார்; சில சமயங்களில் அடிக்கவும் செய்வார். அதுவுமில்லாமல் அந்த நேரத்தில் நான் கொஞ்சம் புஷ்டியாக

இருந்தேன். வாத்தியாருக்கு என் மீது ஈர்ப்பும் இருந்தது. நானும் எனக்கு சிறுநீர் கழிப்பதில் நாள்பட்ட பிரச்சனை இருக்கிறது என்று இன்று வரைக்கும் யாரிடமும் சொல்லாமல் உள்ளுக்குள்ளேயே வைத்துக் கொண்டு தீராத கஷ்டத்தில் இருக்கிறேன். இதனாலேயே பள்ளியிலிருந்த அழகு இப்போது என்னிடம் இல்லை. நாளடைவில் இது எனக்கு மனப்பிரச்சனையாகவே மாறிவிட்டது."

கடவுள் இப்பொழுது பிரச்சனைக்குரிய பெண்ணின் அப்பா வயதுள்ள ஒருவரிடம் "நீங்கள் இந்தப் பிரச்சனைக்கு என்ன ஆலோசனை தருவீர்கள்?" என்றதற்கு அவர், "கர்த்தர்கிட்ட முறையிட்டா அவர் எல்லாத்தையும் சரி பண்ணிடுவாரு. அவரைத் தாண்டி இங்க என்ன இருக்குது" என்றார். கடவுள், நாடகத்தில் இருக்கும் மற்றொரு பெண்பாத்திரத்திடம் அதே கேள்வியைக் கேட்க, "நம்மள மீறி இருக்குற விசயங்கள்ல நாம கடவுள நம்பலாம். இந்தப் பிரச்சனை உடல் சம்பந்தப்பட்டது. ஆரம்பத்திலியே கண்டுக்காதனால இப்ப மனப்பிரச்சனையா மாறி இருக்குது. இனிமேலும் சரிபண்ணாம விட்டோமுன்னா அந்தப் பொண்ணு ஒரு மனநோயாளியா ஆயிடுவா. முதல்ல அந்தப் பொண்ண ஒரு நல்ல மனநல மருத்துவர்கிட்ட கூட்டிக்கிட்டுப் போயி காட்டணும்." என்றார். கடவுள் கூட்டத்திலிருக்கும் ஒரு கல்லூரி மாணவியைப் பார்த்து "இதுக்கு நீங்க என்ன சொல்றீங்க?" என்றதற்கு, அந்தப் பெண் "அது ஒரு லேடி டாக்டரா இருந்தா ரொம்ப நல்லது" என்றாள். கடவுள் ஏன்? எனக் கேட்க, கூட்டத்தில் இருந்த நடுத்தர வயதுப் பெண் "அது எப்பிடிப்பா ஒரு ஆம்பிள கிட்ட இதெல்லாத்தையும் சொல்லிகிட்டு இருக்க முடியும்?"

இப்படியாக விவாதம் போய்க் கொண்டிருந்த சமயத்தில் நாங்கள் முன்னதாகவே திட்டமிட்டபடி எங்களுடைய நாடகக் குழுவில் இருந்த ஒரு மாணவியை முக்காடு போட்டுக் கொண்டு வரச்சொல்லி, நடுமேடையில் ஒரு மனநல மருத்துவமனையை உண்டாக்கினோம்.

மருத்துவர்: உங்க பிரச்சனைய விளக்கமா சொல்லுங்கம்மா..

பெண்: எனக்கு சின்ன வயசுல ரொம்ப பயம். அதனால படுக்கையில போயிடுவேன். இது வளர வளர எல்லார் முன்னாடியும் அவமானப் படக்கூடாதுன்னு அடக்கப் பார்த்து முடியாமப் போய்

மனசளவுல எப்பவுமே எதையோ பறிகுடுத்த மாதிரி சோர்ந்து போயி கிடப்பேன். வீட்டுல சொன்னா ‘சாமி கும்புட்டுக்கோ இதெல்லாம் நாளடைவுல சரியா போயிடும்’னு சொல்லி என் வாய அடக்கிட்டாங்க, எங்க பாட்டி ‘கல்யாணத்துக்குப் பின்னாடி இதெல்லாம் இருக்குற இடமே தெரியாம போயிடும்’னு சொன்னாங்க. ஆனா எனக்கு இப்ப பெரிய பிரச்சனையே தினமும் இந்த அவஸ்தையில கிடந்து சாகுறத எப்படியாவது நிப்பாட்டணும். அதான்.

மருத்துவர்: நீங்க நாளைக்கு என்னோட கிளினிக்குக்கு உங்க அப்பா அம்மாவோட வரமுடியுமா?

பெண்: கண்டிப்பா

மருத்துவர்: உங்க அப்பா அம்மா இங்க வந்திருக்காங்களா?

பெண்: வந்திருக்காங்க.

இரண்டு நடிகர்கள் பெற்றோர்களாக வந்து மேடையில் நிற்கிறார்கள்.

மருத்துவர்: நீங்க ஏன் உங்க பொண்ண இப்ப வரைக்கும் டாக்டர்கிட்ட காட்ட கூட்டிக்கிட்டுப் போகல?

பெற்றோர்கள்: முதல் காரணம் பயம்ங்க. அடுத்தது பணமுங்க. இன்னொரு வீட்டுக்கு வாழ போற பொண்ணு. பெரிய பிரச்சனைன்னா எங்களால செலவு பண்ண முடியாது. போன இடத்துல ஒரு குழந்தை குட்டிப் பொறந்த பின்னாலயும் இப்படியே இருந்தா அவங்க ஏதாவது பாத்துக்கிடட்டும்னு அப்படியே இருக்கோம்ங்க. படிப்ப மட்டும்தாங்க எங்களால தரமுடியும். அதுக்கு மேல எங்களுக்கு சக்தியில்ல.

மருத்துவர்: சிகிச்சை இலவசம்னா வருவீங்களா?

பெற்றோர்கள்: இப்ப இலவசத்துமேல எங்களுக்கு நம்பிக்கை இல்லிங்க. மொதல்ல குடுக்குற மாதிரி குடுத்து, பாதி கிணறு தாண்டுற சமயத்துல மத்ததுக்கெல்லாம் காசுன்னு சொல்லி கழுத்த புடிப்பாங்க. அப்படியெல்லாம் இல்லன்னு சொன்னீங்கன்னா வரோங்க. இப்படியாக விவாதம் ஆரோக்கியமாக நடந்து முடிந்தது.

சில தினங்கள் கழித்து ஒரு பெண்மனநல மருத்துவரை அழைத்துக் கொண்டு போய் அந்தப் பெண்ணின் வீட்டிலேயே பெற்றோர்கள் முன்னிலையில் ஆலோசனை வழங்கப்பட்டது. அந்தப் பெண் அடுத்த மூன்று மாதங்களில் இயல்பு வாழ்க்கைக்குத் திரும்பினாள்.

இப்படி இந்த நாடகம் எங்கெல்லாம் நடத்தப் பட்டதோ அங்கெல்லாம் இப்படியான சமூகத்தின் அந்தரங்கத்தில் நாள்பட புழுங்கிக் கொண்டிருந்த பிரச்சனைகள் மேடைக்கு வந்து விவாதிக்கப்பட்டது. இந்த விவாதங்கள் இந்த நாடகத்தில் ஈடுபட்ட எங்கள் எல்லோருக்கும் விலைமதிப்பில்லாத அனுபவங்களைத் தந்து எங்களை இன்றைக்கும் நல்வழிப்படுத்திக் கொண்டு இருக்கின்றன.

இந்த வீதிநாடகப் பயிற்சிக்கு வந்த எல்லோருக்கும் நடிப்பு குறித்து எந்த வகுப்பும் எடுக்கவில்லை. அவர்களுக்கு வாழ்க்கையின் எல்லா மட்டங்களையும் காட்டிக் கொடுக்கப்பட்டது. சமூகத்தின் அத்தனை நிலைமைகள் குறித்தும் விவாதிக்கப்பட்டது. நிறைய களப்பணிகள் மூலம் அவர்களுக்குத் தேவையான அளவுக்கு அனுபவ அறிவூட்டப்பட்டது. இவற்றையெல்லாம் உள்வாங்கிக் கொள்ள சில அடிப்படையான அரங்கப் பயிற்சிகள் கொடுக்கப்பட்டன. எல்லா வகுப்புகளையும் மிகச் சரியாகப் பயன்படுத்திக் கொண்டு தன்னைத் தயார்ப்படுத்திக் கொண்ட கல்லூரி மாணவர்கள் மிக அற்புதமாக நடித்தார்கள்.

நடிகன் என்பவன் வாழும் சமூகத்தின் அரசியல், கலாச்சாரப் பண்பாட்டுப் பிரதிநிதி என்று சொல்லியிருப்பதை இங்கு நான் நினைத்துப் பார்க்கிறேன்.

மாணவப் பார்வை

நான் வாலறிவனின் தனிநபர் நடிப்பைப் பார்த்து அவரிடம் நடிப்பு கற்றுக்கொள்ளச் சென்றேன். மிகவும் அருமையாகச் சொல்லிக் கொடுத்தார். தனிப்பட்ட முறையில் *training* கொடுத்தார். என்னிடமிருந்து *Psychological aspect of acting* யை கொண்டு வந்தார். அந்த அனுபவம் மிக அருமையாக இருந்தது.

என்னிடமிருக்கும் குறைபாடுகள் எனக்கு மெள்ள மெள்ளத் தெரிய ஆரம்பித்தன. என்னை சரி செய்து கொள்வதற்கு வாலறிவனின் ஒவ்வொரு வகுப்பும் நல்ல சந்தர்ப்பங்களாக அமைந்தது. என்னைப் போலவே இன்னும் நிறைய நடிகர்கள் அவரிடம் நடிப்பு கற்றுக் கொண்டு சிறந்த நடிகர்களாக மறியாதை நான் அறிவேன். அவர் களில் சிலர் இப்போது தமிழ் சினிமாவின் உச்ச நடிகர்களாக இருக் கிறார்கள்.

நான் என் வாழ்வில் பார்த்த சிறந்த உழைப்பாளிகளில் வாலறிவன் ஒரு முக்கியமான நபர். அவருடைய வாசிப்பு விசாலமானது. அவரது தமிழ் ஆளுமையைப் பார்த்து வியந்திருக்கிறேன். நான் சந்தித்த மிகச் சிறந்த ஆசிரியர்.

- பிரபாகர் ஜெயராமன்.
அல்கெமி நாடகக் குழு,
பள்ளிக்கரணை, சென்னை.

"நடிக்கும்போது தன்னை மறந்து விடுபவன் நடிகனாகப் பிரகாசிக்க முடியாது. தன்னுடைய ஞாபகம் அவனுக்கு இருந்து கொண்டே இருக்க வேண்டும். சாமி ஆடுபவன்கூட தன்னை மறப்பதில்லை, சுற்றி இருப்பவர்களை அவ்வப்பொழுது பார்த்துக் கொண்டேதான் ஆடுகிறான். அப்படி ஒரு எல்லைக்குள் தன்னை நிறுத்திக் கொண்டு பிறர் நம்பும்படி முழுமையாக தன்னை மாற்றிக் காட்டுவதுதான் நடிப்பு."

— சிவாஜி கணேசன்.

இரணிய வதம்

தெருக்கூத்தைப் பற்றி ந.முத்துசாமி எழுதிய 'அன்று பூட்டிய வண்டி'யைப் படித்து விட்டு சில வருடங்கள் தமிழகம் எங்கும் தெருக்கூத்தை நோக்கி ஓடிக்கொண்டே இருந்திருக்கிறேன். தமிழகத்தின் ஒவ்வொரு பகுதியும் ஒவ்வொரு பாணியில் தெருக் கூத்தை நிகழ்த்திக் கொண்டிருக்கிறது. இவற்றில் என்னை மிகவும் சுவாரஸ்யப்படுத்தியது ஆர்சுத்திப்பட்டு தெருக்கூத்துப் பாணி.

ஆர்சுத்திப்பட்டில் மூன்று நாள் இரவுகளில் பிரஹலாத நாடகம் தொடர்ந்து நடைபெறும். கூத்து வாத்தியாரின் வீட்டில் தங்கிக் கொண்டு மூன்று நாளும் விடாமல் பார்த்துக் கொண்டிருந்தேன். இந்த நாடகத்தில் இரண்டு சூத்ரதாரிகள். இரண்டு பிரஹலாதர்கள், இரண்டு லீலாவதிகள், இரண்டு இரணியர்கள். இப்படி ஒவ்வொரு பாத்திரமும் இரண்டு இரண்டு பேராக இருந்தது என் மனதில் ஓர் ஆச்சரியத்தை உண்டாக்கி விட்டது. மனதுக்குள் என்னென்னமோ கற்பனைகள். இந்த மாதிரி தெருக்கூத்தை நான் எங்கும் பார்த்த தில்லை.

பொதுவாகக் கூத்தை அந்தந்த ஊர்மக்கள் சேர்ந்து ஒரு சடங்காக தொடர்ந்து நடத்திக் கொண்டு இருக்கிறார்கள். தெருக்கூத்து ஒரு சடங்காக இருப்பதனால்தான் இன்று வரைக்கும் தொடர்ந்து இருக்க முடிகிறது. ஒரு கலை என்கிற அளவில் தனித்து இருந்திருந்தால் பரணேறிப் போன எத்தனையோ பழங்கலைகளைப் போல இதுவும் எப்போதோ வழக்கொழிந்து போயிருக்கும். ஆர்சுத்திப்பட்டு மக்களும் 'பிரஹலாதன்' தெருக்கூத்தை இன்று வரைக்கும் ஒரு சடங்காகத்தான் நடத்திக் கொண்டு வருகிறார்கள்.

கூத்தைப் பார்த்த ஒவ்வொரு நாளும் என் ஆர்வமெல்லாம் ஒரு பாத்திரத்துக்கு இரண்டு நடிகர்கள் என வடிவம் கொடுத்த அந்த

மூத்த தாத்தா கலைஞனின் ஆளுமையையும், படைப்பாற்றலையும் சுத்தி சுத்தி வந்தது. இங்கு மட்டும் ஏன் கூத்தை இப்படி இரட்டை வேடங்களில் நடத்துகிறார்கள் என்று சென்னைக்கு வந்த முத்துசாமியிடம் கேட்டபோது, அவர் "ஊரில் உள்ளவர்கள் அனைவருக்கும் கூத்தில் வாய்ப்பு கொடுக்க வேண்டும் என்பதாக இருக்கலாம்" என்றார். இது எனக்கும் சரி என்று பட்டது.

கூத்துப்பட்டறையில் நடிகர்கள் நாங்கள் ஒரு நாடகத்தை நடத்த முடிவு செய்த பின்பு யார் யாருக்கு என்னென்ன பாத்திரங்கள் என்று பிரிக்கும்போது பெரிய ரகளையே நடந்துவிடும். இதனால் நடிகர்களுக்கிடையே நெடுநாள் மனக்கசப்புகளும் உருவாகிவிடும். அந்த வகையில் இந்த ஊர்மக்கள் செய்வது சரிதான் என்று பட்டது. ஆனால் கூத்துப்பட்டறையில் இந்த உத்தியைப் பயன்படுத்த நானிருந்த வரைக்கும் முயற்சி எடுக்க வில்லை. ஒரே பாத்திரத்தை வெவ்வேறு காட்சிகளில் வெவ்வேறு நடிகர்கள் நடிப்பது என்று மட்டும் முயற்சி செய்திருக்கிறோம். இது நானிருந்த காலகட்டத்தை வைத்துச் சொல்கிறேன்.

ஆர்சுத்திப்பட்டு கூத்தைப் பற்றி விரிவாக எழுதியிருக்கும் செ.ரவீந்திரன் அவர்கள் "மனித உள்ளத்தைப் பகுத்துப் பார்த்தவர்கள் முழுக்க நல்லவன் முழுக்க கெட்டவன் என ஒருவனும் இல்லை. ஒரு மனிதனிடத்தில் நன்மை, தீமை என்னும் பண்புகள் இணைந்த நிலையில் சூழலே அவனது அப்போதைய இருப்பை நிலைநிறுத்துகிறது; இன்னொரு வகையில் மனிதன் உண்மையில் 'இரட்டை மனிதன்' *(split personality)* மனநிலை கொண்டவன் என்பதன் குறியீடாக இரண்டு நடிகர்கள் ஒரு பாத்திரத்தினை ஏற்று நடிப்பதாகக் கொள்ளலாமா? நம்முடைய பெருமரபு சார்ந்த சமயங்களின் தத்துவார்த்த வெளிப்பாடான இறைவன், ஏகன், மனிதன், அநேகன் என்பதன் உருவமாகக் கொள்ளலாமா?" என்று கேட்கிறார்.

எல்லாவற்றையும் தாண்டி எனக்கிருந்த ஆர்வமெல்லாம் ஒரு பாத்திரத்தை இரண்டு நடிகர்கள் ஏற்றுக் கொண்டு மேடையில் பிரவேசித்து நிற்கிறார்கள். ஒரு பாத்திரத்தின் மனோபாவத்தை இரண்டு நடிகர்கள் ஒன்றுபோல் தோற்றமளிக்கும் இரண்டு விதங்களில் வெளிப்படுத்துவதன் மீதுதான். அதுவும் இரண்டு சூத்ர தாரிகளின் அட்டகாசம், சிரிக்க வைத்து வயிற்றைப் புண்ணாக்கி

விடும். அவர்கள் இருவரும் முகத்தை மறைக்கும் அளவிற்கு வண்ணக் கண்ணாடிகளை மாட்டிக் கொண்டு ஜிகினா உடையில் தோன்றி கூத்தை இரவு முழுக்க நீட்டிச் செல்லக் கூடியவர்களாக இருக்கிறார்கள். அவ்வப்பொழுது பார்வையாளர்களில் ஒருவராகவும் மாறிக்கொள்கிறார்கள். புராண இதிகாசப் பாத்திரங்களை சமகாலத்தில் வெகு தூரத்தில் இழுத்து வந்து விடுகிறார்கள். கொச்சையாகவும் விரசமாகவும் பேசி மக்களைச் சிரிக்க வைக்கிறார்கள். இந்தச் சமயங்களில் புராணப் பாத்திரங்களின் மதிப்பு குலைந்து விடுகிறது. சிறிது நேரம் கழித்து அதே பாத்திரங்கள் மேன்மை பொருந்தியவர்களாக மாற்றம் அடைந்து விடுகிறார்கள். தெருக்கூத்தில் இருக்கும் இப்படியான no logic only magic ஆன அம்சங்களை நம்முடைய வெகுஜன சினிமாக்களில் நிறைய பார்க்க முடியும்.

சூத்திரதாரிகளாக நடிக்கும் நடிகர்களின் சமயோசிதத் திறன் (spontaneity) அபாரமானது. இந்திய சினிமாவின் நகைச்சுவைப் பாத்திரங்களின் மூலமே இந்த சூத்ரதாரிகள்தான். நான் அடிக்கடி தெருக்கூத்துக்களைப் பார்க்கக் கிளம்பிவிடுவதற்கு இதுவும் ஒரு காரணம். என்மனம் எப்பொழுதும் மரபுக்கலைகளுக்கும் சினிமாவுக்கும் உள்ள உறவு குறித்து சிந்தித்துக் கொண்டே இருக்கிறது.

'பிரஹலாதன்' நாடகத்தின் மிக முக்கியமான அம்சம் இரணியனை வதம் செய்வதற்காக நரசிம்ம அவதாரத்தில் இருக்கும் நடிகன் நடிப்பிடத்தில் பிரவேசித்து இரணியனை வதம் செய்யும் தருணம்தான். இந்தக் காட்சியில் நடிக்கும்போது இரணிய வேடமிட்டவர் அல்லது நரசிம்மராக அவதாரம் எடுத்திருப்பவர் வன்முறைக்குச் சென்று விடுவதும் அல்லது உயிர்ச்சேதம் நிகழ்த்தி விடுவதும் உண்டு என்பதை நான் அந்த ஊர் மக்கள் சொல்லக் கேள்விப் பட்டிருக்கிறேன்.

கூத்துப்பட்டறையில் ஒரு முறை இந்த நாடகம் மேடையேற்றப் பட்டது. நரசிம்மனாக மைனா படத்தில் நடித்த விதார்த் நடித்தார். இரணியனாக யார் நடித்தார் என்று எனக்கு இப்பொழுது நினைவில் இல்லை. விதார்த் நரசிம்மனாக இரணியனை வதம் செய்யும்போது ஆவேச நிலைக்குச் சென்று சன்னதமாடி மூர்ச்சையாகி விட்டார். முன்னர் சொன்னது போலத் தெருக்கூத்தில் நிகழ்த்தப்படும் சில கதைகள் மிகுந்த பக்தி நிலையை வேண்டி நிற்கக்கூடிய சடங்கு

நிகழ்ச்சிகளாக இருப்பதால் இப்படியாகச் சில நிகழ்வுகளில் நடந்து விடுகிறது. அதுமட்டுமில்லாமல் பாத்திரமேற்று நடிக்கும் நடிகனுக்கு தெய்வபக்தி மிகுதியாக இருக்கும் பட்சத்தில் இது மேலும் தீவிரமானதாக மாறிவிடும். நரசிம்மனது ஆவேசத்தைப் பெற்றுக் கொண்ட நடிகன் அதைத் தனது கட்டுப்பாட்டில் வைத்துத் தேவையான இடத்தில் தேவையான அளவுக்கு வெளிப்படுத்தத் தெரிந்திருக்க வேண்டும். நடிகன் தன் கட்டுப்பாட்டை இழப்பது என்பது இந்த நிகழ்வில் பக்தியோடு சம்பந்தப்பட்ட ஒன்றாக இருப்பதால் ஒன்றும் சொல்வதற்கில்லை.

ஆர்சுத்திப்பட்டில் நான் பார்த்த பொழுது இந்த மாதிரி எதுவும் நடக்க வில்லை. ஆனால் ஒரு நடிகன் தன்னிலை மறந்து பாத்திரத்துக் குள் கரைந்து போவது சரியா என்று விதார்த்தின் ஆவேசத்தைப் பார்த்த அன்று எனக்குள் ஒரு கேள்வி எழுந்தது. என்னுடைய கேள்விக்கு அந்த நேரத்தில் பதில் கிடைக்கவில்லையென்றாலும் இது சரி கிடையாது என்று மட்டும் நான் உறுதியாக இருந்தேன்.

ஒருநாள் ஸ்தனிஸ்லாவ்ஸ்கியைப் படித்துக் கொண்டிருந்தபோது அவர் "பாத்திரத்தின் செயல்பாடுகள் குறித்த பிரக்ஞை நடிகனுக்கு முக்கியம். அதே சமயத்தில் தன்னுடைய பிரக்ஞையைப் பாத்திரத்தின் செயல்பாடுகளுக்குள் மறைத்து வைக்க நடிகனுக்குத் தெரிந்திருக்க வேண்டும்" என்றார். இதை நம்முடைய சிவாஜியும் "நடிக்கும்போது தன்னை மறந்து விடுவது நடிகனுக்கு அழகல்ல. தன்னுடைய ஞாபகம் அவனுக்கு இருந்துகொண்டே இருக்க வேண்டும். சாமி ஆடுபவன்கூட தன்னை மறப்பதில்லை, சுற்றி இருப்பவர்களை அவ்வப்பொழுது பார்த்துக் கொண்டேதான் ஆடுகிறான். அப்படி ஒரு எல்லைக்குள் தன்னை நிறுத்திக் கொண்டு பிறர் நம்பும்படி முழுமையாக தன்னை மாற்றிக் காட்டுவதுதான் நடிப்பு" என்று சொல்லியிருக்கிறார்.

இந்த இரண்டு உதாரணங்களையும் சொல்லி ஒருநாள் விதார்த்திடம் கேட்டபோது "எனக்குத் தெரியல, ஆவேசம் வந்ததும் நான் என்னோட நிலமைய இழந்துட்டேன். இப்படி நடக்கக் கூடாதுதான். ஆனா நடந்துட்டதே. கோயில்ல சாமி வந்து ஆடுறாங்களே அவங்களப் பத்தி நாம என்ன சொல்ல முடியும்?" என்றார்.

இந்த அனுபவத்திற்குப் பின்பு மேடையில் நடிக்கும்போது எனது மனநிலை என்னவாக இருக்கிறது, சகநடிகர்களின் மனநிலை என்னவாக இருக்கிறது, மேடையில் நடிகன் பாத்திரம் என்று ஒருவர் இருவராகி விடுகிறார்களா அல்லது ஒருவர் மட்டும்தான் இருக்கிறாரா? என்றெல்லாம் கேள்வி கேட்டுக் கொண்டு என்னையும் என் சக நடிகர்களையும் நெடுநாட்கள் கூர்ந்து கவனித்துக் கொண்டே இருந்திருக்கிறேன்.

நான் முதன் முதலாக மேடையேறியபோது அப்பொழுதிருந்த பதற்றத்தில் இந்தக் கூறுகளை என்னால் கவனிக்க முடியவில்லை. நடிகன் அந்தப் பாத்திரமாகவே மாறிவிட வேண்டும் என்றுதான் நானும் நினைத்துக் கொண்டிருந்தேன். பாத்திரமாக மாறவேண்டும்தான். அதே நேரத்தில் என்ன? எதை? எப்படி? எங்கே? யாரிடம்? எந்த அளவில் தன்னை வெளிப்படுத்த வேண்டும் என்கிற சுயபிரக்ஞையோடு நடிகன் பாத்திரத்தை நிகழ்த்திட வேண்டும் எனும் அனுபவ அறிவை சில வருடங்கள் கழித்து வேறு ஒரு நாடகத்தில் நடிக்கும்போது பெற்றேன். கற்றல் என்பது ஒரு தொடர் செயல்தானே.

மாணவப் பார்வை

சினிமாவில் நீங்கள் எந்தத் துறையில் வல்லுநராக நினைத்தாலும், வாலறிவன் அவர்களின் நடிப்பு வகுப்புகள் உங்களுக்கு ஒரு புதியத் திறப்பைக் கொடுக்கும். திரைக்கதை எழுத்தாளர், இயக்குநர் ஆகத் தயாராகிக் கொண்டிருந்த எனக்கு, அவரின் வகுப்புகள் பெரும் உத்வேகத்தைக் கொடுத்தன. குறிப்பாக, எனக்குள்ளிருந்த மனத்தடைகளை உடைத்தன. மேலும் சமூகத்தில் ஒரு நல்ல நடிகனின் பங்கு என்ன என்பதைப் பற்றிய தெளிதலையும் அவரின் வகுப்புகள் கொடுத்தன.

- ரங்கநாதன்
திரைக்கதை ஆசிரியர், இயக்குநர்,
படிமை மாணவர்,
தமிழ் ஸ்டுடியோ

உணர்ச்சிப்பூர்வமாக இருப்பது மட்டுமல்ல; உணர்ச்சியை வெளிப்படுத்துவதற்கான தொடர்ந்த செயல்திறனைப் பெற்றிருப்பதே நடிப்பு.

- *Kate Reid*

சன்னதம்

கூத்துப்பட்டறையிலிருந்து வெளியேறி சினிமாவில் உதவி இயக்குநராக முயற்சி செய்து கொண்டிருந்த சமயத்தில் 'சன்னதம்' என்றொரு நாடகக் குழுவை உண்டாக்கி, ஆர்வமுள்ள இளைஞர்களை வைத்து நாடக ஒத்திகைகளை நடத்திக் கொண்டிருந்தேன். சன்னதத்தில் இன்றைக்கு நகைச்சுவை நடிகராக இருக்கும் காளி வெங்கட்டும் ஆரம்பத்தில் இருந்தார்.

சன்னதத்தின் நடிகர்கள் எல்லோரும் சினிமாவுக்கு முயற்சி செய்து கொண்டிருந்தவர்கள். பயிற்சிகளுக்கு விருப்பம்போல வருவார்கள். அவர்களுக்கு சினிமாவில் நுழைவதற்கு நாடகம் ஒரு சிறந்தவழி எனும் மரபான பார்வை இருந்தது. சிலர் மிகவும் தீவிரத்தோடு செயல்பட்டார்கள். அவர்களுக்காக சன்னதத்தைத் தொடர்ந்து நடத்திக் கொண்டிருந்தோம்.

சனி, ஞாயிறுகளில் சென்னை சாலிகிராமம், சின்மயா நகர், நடேசன் நகர் பூங்காக்களில், காலையில் ஆறு மணிக்கு ஒன்று கூடுவோம். ஒரு சில நாட்களில் மெரினா கடற்கரையில் அதிகாலை ஐந்து மணிக்கே கூடிவிடுவோம். பூங்காக்களில் விதவிதமான வேகங்களில் நடத்தல், ஓடுதல், மனிதர்களின் நடைகளைப் பின்பற்றி தனது உடலுக்குக் கொண்டு வந்து நடத்தல், மரங்களுக்கும், மனிதர்களுக்கும் கதை சொல்லுதல் ஆகிய பயிற்சிகளைச் செய்வோம். மெரினா கடற்கரையில் குரலுக்கான, பேச்சுக்கான பயிற்சிகளை மேற்கொள்வோம்.

ஒரு ஞாயிறு நடேசன் நகர் பார்க்கில் பயிற்சிகளை முடித்துக் கொண்டு "ஒவ்வொரு நடிகரும் ஒரு பாத்திரத்தை உருவாக்கி அதனுள் மறைத்துக் கொண்டு வரவேண்டும்" என்று சொல்லி அடுத்த ஞாயிறு சந்திப்போம் என்று கலைந்து கொண்டோம்.

நடை, உடை, பாவனை, குரல், பேச்சு, உச்சரிப்பு ஆகியவற்றைக் கொண்டு நடிகன் ஏற்று நிகழ்த்தக்கூடிய, ஒரு கதாபாத்திரத்தை உருவாக்குவதற்கான வித்தைகளில் நடிகன் நன்றாகப் பயிற்சி பெற்றிருக்க வேண்டும் என்பதற்காக இந்தப் பயிற்சி அளிக்கப்படுகிறது.

கூத்துப்பட்டறையில் தவில் பிரகாஷ் என்று ஒரு நடிகர் இருந்தார். புரிசை கண்ணப்ப தம்பிரான் தெருக்கூத்து மன்றத்திலிருந்து கூத்துப் பட்டறைக்கு வந்து சேர்ந்தவர். மூன்றாம் வகுப்போடு பள்ளிப் படிப்பை முடித்துக் கொண்ட இவர் கிட்டதட்ட 54 இசைக்கருவிகளை வாசிக்கும் திறமை படைத்தவர். அதுமட்டுமில்லாது தெருக்கூத்து அடவுகளை போட்டுக் கொண்டு புராண பாத்திரங்களை நடித்துக் காட்டுவதில் அசாத்தியப் புலமை பெற்றிருந்தவர்.

என்னைப் போலவே பிரகாஷும் முழுநேர நடிகராகக் கூத்துப் பட்டறையிலேயே தங்கி நடித்துக் கொண்டிருந்தவர். வெளியாட்களின் நாடகங்களுக்கும் தேவைப்பட்டால் சென்று தவில் வாசித்து விட்டு வருவார். வேலையில்லாத நாட்களில் வெறுமனே பொழுதுபோக்குக்காக நானும் அவரும் தனியாக இருக்கும் சமயங்களில் விதவிதமான கெட்டப்புகளில் வந்து வித்தியாசமான பாத்திரங்களை நடித்துக் காட்டுவார். அந்தச் சந்தர்ப்பங்களில் அங்கு தவில் பிரகாஷைப் பார்க்கவே முடியாது. பாத்திரங்களுக்குள் முழுவதுமாக மறைந்து போயிருப்பார். எங்கிருந்து இந்தப் பாத்திரங்களைக் கொண்டு வருகிறீர்கள் என்று கேட்டால், “நான் பார்த்து வியக்கும் அசாதாரணமான, சுவராஸ்யமான மனிதர்களைக் கூர்ந்து கவனித்து அவர்களது நடை, உடை, பாவனைகளை மனதில் குறித்து வைத்துக் கொள்வேன்.” தேவைப்படும்போது இப்படி பயன்படுத்திக் கொள்வேன். என்று வெள்ளந்தியாய் சொல்லுவார். “இந்த வித்தையை யார் உங்களுக்குச் சொல்லிக் கொடுத்தது?” என்று வேறொரு சமயத்தில் கேட்டபோது “யாரு நமக்கு சொல்லித்தரணும், தானா தோனினதுதான். ஒருநாள் நம்ம நடேசன் நகர் பார்க்குல நடந்துகிட்டிருந்தப்ப ஒருத்தரோட நடை ரொம்பவும் வித்தியாசமான, கவர்ச்சியான தாளகதியில இருந்தது. நான் அவருக்குப் பின்னாடியே பத்தடி தூரத்துல அவருடைய நடைய என்னுடம்புல ஏத்திக்கிட்டு நடக்க ஆரம்பிச்சேன். அந்த

நடை என்னோட மனநிலையில ஏதோ ஒரு மாற்றத்த உண்டு பண்ற மாதிரி இருந்திச்சி. அதே நேரத்துல ஒரு புது உத்திய நானா கண்டு பிடிச்சிட்டேனே அந்த சந்தோஷமும் கூட. அன்னையிலிருந்து அதையே ஒரு பழக்கமா வெச்சிக்கிட்டு, இன்னிக்கி வரைக்கும் புதுசு புதுசா கேரக்டர்ஸ எனக்குள்ள ஏத்திப் பரிசோதிச்சுப் பார்த்துக் கிட்டிருக்கேன்" என்றார்.

தவில் பிரகாஷ் இன்று இருந்திருந்தால் ஒரு புகழ்பெற்ற நடிகராகத் தமிழ் சினிமாவில் வலம் வந்திருப்பார். நீண்ட ஜடாமுடியை வைத்துக் கொண்டு முத்துசாமியின் படுகளம் நாடகத்தின் தொடக் கத்தில் கால்களில் சலங்கையைக் கட்டிக்கொண்டு கையில் ஜால்ராவை வைத்துக் கொண்டு வந்தேனே தன்னப் பாருங்க, கட்டியக்காரன் வாரேனே தன்னப் பாருங்க.." என்று அவர் மேடைக்குள் நுழைந்ததும் பார்வையாளர் மத்தியில் சிரிப்பொலி படர்வது இப்பொழுதும் மனக்கண்களில் நிற்கிறது. எப்பொழுதும் தன்னை மிகுந்த உற்சாகத்தோடு வைத்துக் கொள்பவர்.

மிகுதியான குடி பிரகாஷை அழைத்துக் கொண்டு விட்டது. ஷேக்ஸ்பியர் நாடகக் குழுவில் இணைந்து உலகம் முழுவதும் சுற்றிக் கொண்டிருந்த சமயத்தில் மிகுதியான போதையில் எதிர்பாராத விதமாக 30 வயதிலேயே இறந்துவிட்டார்.

தவில் பிரகாஷ் சொன்ன இந்த உத்தியைப் பின்னாளில் எதேச்சையாக நெளசாத் குறித்து யோசித்துக் கொண்டிருந்த போது அவரும் இந்தப் பயிற்சியை புதுவையில் எங்களுக்குச் சொல்லிக் கொடுத்திருந்தது நினைவுக்கு வந்தது. பிரகாஷ் குறித்து மிகவும் பெருமிதம் கொண்டேன்.

நடிப்புச் சொல்லிக் கொள்ள வரும் ஒவ்வொருவருக்கும் இந்தப் பயிற்சியை அடிப்படையான பயிற்சியாக வைத்திருக்கிறேன். பயிற்சிக்கு வரும் நடிகர்களும் இந்தப் பயிற்சி பாத்திரத்தின் நடையை உருவாக்குவதற்கு மிகுந்த பயனுள்ளதாக இருக்கிறது என்று சொன்னார்கள். பிரகாஷையும் நெளசாத்தையும் இணைத்தும் மேலும் கொஞ்சம் செழுமைப் படுத்தியும் நடிகர்களுக்கு அந்த ஞாயிறு பயிற்சியில் தந்தேன்.

அடுத்த ஞாயிற்றுக் கிழமை வந்தது.

ஒவ்வொருவரும் ஒவ்வொரு பாத்திரத்தை உருவாக்கி அதற்குள் தன்னை மறைத்துக் கொண்டு வந்திருப்பதாகச் சொன்னார்கள். எல்லோரும் அவரவர் பாத்திரங்களை நடித்து முடித்தார்கள். சிலர் தொடக்க நிலையிலேயே இருந்தார்கள். ஒரு சிலரிடம் நடிகன் மறைந்து பாத்திரம் கச்சிதமாக வெளிப்பட்டது. அதில் பிரேம்குமார் என்பவர் ஒரு வித்தியாசமான பாத்திரத்தை ஏற்று நடித்துக் காண்பித்தார். அவரிடம் கற்பனை ஆற்றலும் படைப்பூக்கமும் நிறைந்திருந்தன. அதனைத் தன் நடிப்பாற்றலோடு இணைத்து மிகச் சிறப்பான முறையில் தனது நடிப்பை வெளிப்படுத்தினார்.

எல்லோரும் நடித்து முடித்துவிட்ட பின்னர் அவரவர் தன்னுடைய பாத்திர உருவாக்கங்களைக் குறித்துப் பொதுவில் பகிர்ந்துகொள்ள வேண்டும். இந்தப் பழக்கம் ஒவ்வொருவரின் பாத்திரத்தை அணுகும் முறை மற்றும் உருவாக்கும் முறையினை எல்லோரும் தெரிந்து கொள்வதற்கான ஒரு வழிமுறையாக இன்று வரைக்கும் பின்பற்றப்பட்டு வருகிறது. இதில் சில நடிகர்கள் வெளிப்படையாக நுணுக்கங்களைப் பகிர்ந்து கொள்வார்கள். சில நடிகர்கள் தங்களுக்குள்ளாகவே வைத்துக்கொள்வார்கள். இங்கு பிரேம்குமார் தனது பாத்திர உருவாக்க வித்தையை சக நடிகர்களிடம் மிகவும் வெளிப்படையாக பகிர்ந்துகொண்டார்.

“போன திங்கட்கிழமையிலிருந்து இந்தக் கேரக்டர ஃபாலோ பண்ணிக்கிட்டு இருக்கேன். இந்தக் கேரக்டரு எங்க தெருவுக்கு அடுத்த தெருவுல ஒரு திண்ணையிலதான் நைட்டுல தூங்குவாரு. பகல் பூராவும் சாலிகிராமம், வடபழனின்னு கையில புல்லாங்குழல வெச்சிக்கிட்டு சுத்திக்கிட்டுக் கிடப்பாரு. எப்பியாவது தோணினா புல்லாங்குழல எடுத்து, குழல் ஊதும் கண்ணனுக்குக் குயில் பாடும் பாட்டுக் கேக்குதா?” பாட்டு வாசிப்பார். கேட்பதற்கு அருமையாக இருக்கும். இந்தப் பாடலை அவர் எந்த இடத்தில் எந்த நேரத்தில் பாடுகிறார் என்று ஒருவாரம் தொடர்ந்து கவனித்ததில் சரியாக டிபன் கேட்டு, சாப்பாடு கேட்டு நிற்கும் ஹோட்டல் வாசல்களில்தான் இந்தப் பாட்டை அவர் பாடுவார். மற்ற நேரங்களில் அமைதியாகச் சாலையோர போஸ்டர்களைப் படித்தபடி கால்போன போக்கில் நடந்துகொண்டே இருப்பார். அவரது நடையில் குறிப்பிட்ட நேரத்துல குறிப்பிட்ட இடத்துக்கு எப்பாடுபட்டாவது போய் சேர்ந்திடனும்ங்கிற அவசர பாவனை தொனிக்கும். இவர் ஒரு

வித்தியாசமான பாத்திரம். அவ்வளவே. "இதில் என்ன சுவாரஸ்யம் இருக்கிறது?" என்று எனக்குத் தோன்றியது. "இந்தப் பாத்திரத்துல சுவாரஸ்யத்தைக் கூட்ட என்ன செய்யலாம்?" என்று நேற்று வரைக்கும் யோசித்துக் கொண்டுதான் இருந்தேன். நேற்று இரவு ராஜ் பிளஸில் 'காதலிக்க நேரமில்லை' படம் ஓடிக்கொண்டிருந்தது. இந்தப் படம் ஒரு முழுநேர நகைச்சுவைப் படம் என்று சொல்லிக் கேள்விப்பட்டிருக்கிறேன். படத்தின் ஏதாவது ஒரு காட்சியை அல்லது ஒரு பாடலை சேனல்களில் அவ்வப்போது பாத்திருக்கிறேனே தவிர, முழுப் படத்தையும் பார்த்திருக்கவில்லை. இன்று பார்த்துவிடலாம் என்று உட்கார்ந்தேன். கொஞ்ச நேரத்தில் பாலய்யாவின் நடிப்பில் மயங்கி அப்படியே உட்கார்ந்து விட்டேன்.

பேசும்போது சொற்கள் தடுமாறுவது பாலையாவின் பாணியாக இருந்தது. இந்தப் பாணி இவருடைய நகைச்சுவையைத் தரமானதாக ஆக்கிக் கொண்டிருந்தது. போலீஸ் ஸ்டேஷனில் வைத்து அவர் நாகேஷிடம் "பேசவேண்டியதெல்லாம் நீயே பேசிடு, எனக்கு பயமா இருக்குது" என்று குழறுவார். இந்தக் காட்சியில் நான் மட்டுமில்லை. எனது அக்கா அக்காளின் கணவர் என எல்லோரும் விழுந்து விழுந்து சிரித்தோம். அந்த நொடியில் என் மனதுக்குள் ஒரு தீர்மானம் எடுத்துக் கொண்டேன்.

இப்பொழுது நீங்கள் பார்த்தது அதைத்தான். பாலையாவின் பேசும் விதத்தையும், குழலூதும் பிச்சைக்காரரின் உடல்மொழியையும் இணைத்து உங்கள் முன் நான் நடித்துக் காட்டிய இது ஒரு சிறு ஓரங்க நாடகம். இதை இரவுதான் வடிவமைத்தேன். உங்கள் முன் இதைச் செய்து காட்டும்போது இருந்த வடிவத்தை நான் இரவு கண்டுபிடித்திருக்கவில்லை. உங்கள்முன் செய்து கொண்டிருக்கும்போது சில விஷயங்கள் தானே சேர்ந்து கொண்டு இந்த அளவுக்கு வந்திருக்கிறது. இதில் என்னுடைய சமயோசிதம் கொஞ்சம் வேலை செய்திருக்கிறது. இரவு இருந்த வடிவத்துக்கும் உங்கள் முன் செய்து முடித்தபோது வந்த வடிவத்துக்கும் மிகப்பெரிய இடைவெளி இல்லை என்றாலும் ஒன்றைச் செய்யச் செய்ய அது தன்னியல்பில் சில மாற்றங்களை எடுத்துக் கொள்கிறது என்பதை இப்பொழுது அனுபவமாக உணர்ந்தேன். அதே நேரத்தில் இந்த மாற்றத்தை அனுமதிக்காமல் நான் இரவு ஒத்திகையில் என்ன செய்தேனோ அதையேதான் செய்வேன் என்று

சோழன் வாலறிவன் | 123

முன்தீர்மானத்தோடு இருந்திருந்தால் என்னுடைய இந்நிகழ்வு உங்களை சுவாரஸ்யப்படுத்தி இருக்காது என்பதையும் நான் அனுபவிக்கிறேன். இந்த சந்தர்ப்பம் நடிப்பு குறித்து என்னுடைய பார்வையில் முக்கியமான புரிதலை உண்டாக்கி இருக்கிறது. இந்தச் சந்தர்ப்பத்தை வழங்கிய உங்கள் எல்லோருக்கும் நன்றி".

அடுத்த வாரம் பிரேம்குமாரைப் பின்பற்றி மற்ற நடிகர்களும் இதேபோல் முயற்சி செய்தார்கள். ஒவ்வொருவரும் ஒவ்வொரு பாத்திரத்தை உருவாக்கி அவரவர் திறமைகளுக்கு ஏற்றாற்போல் நடித்துக் காண்பித்தார்கள்.

மாணவப் பார்வை

தமிழ் சினிமாதுறையில் நான் கடந்து வந்த மனிதர்களில் வாலறிவன் அவர்கள் ரொம்பவும் முக்கியமானவர். கூத்துப்பட்டறையில் எனக்கு நடிப்பு ஆசிரியராக இருந்தார். அவரிடம் நான் கற்றது ஏராளம்! குறிப்பிட்டுச் சொல்ல வேண்டுமென்றால் ஒரு மனிதனுக்கு நேரம் எவ்வளவு முக்கியம் என்று கற்றுக் கொண்டேன். என் நடத்தைகளை வழி நடத்துகின்ற விதிகளைப் புரிந்துகொள்வதற்கான அடித்தளத்தை உருவாக்கிக் கொடுத்தவர். இவரிடம் எளிதில் பெயர் வாங்கிட முடியாது. கலை ஆற்றல் மிகுந்தவர்.

- விக்னேஷ் ரவி,
வளர்ந்துவரும் நடிகர்,
சென்னை.

கலையின் நோக்கம் என்பது ஒரு பொருளின் வெளித்தோற்றத்தைச் சொல்வதல்ல, அதன் உள்ளார்ந்த முக்கியத்துவத்தை வெளிப் படுத்துவதாகும்
– அரிஸ்டாட்டில்

பூக்கடையில்

பூக்கடையில் நுழைகிறான் ஒருவன்
மலர்களைத் தேர்ந்தெடுக்கிறான்
பூக்காரி மலர்ச்செண்டைக் கட்டித்தருகிறாள்
அவன் பாக்கெட்டில் கையை விடுகிறான்
சில்லறையைத் தேடுவதற்காக
மலர்களுக்குக் கொடுக்க வேண்டிய
சில்லறை
ஆனால் அதே சமயத்தில்
தரையில் சில்லறை உருண்டு ஓடுகிறது
மலர்கள் விழுகின்றன
அவன் விழும் அதே சமயத்தில்
தரையில் சில்லறை உருண்டு ஓடுகிறது
மலர்கள் விழுகின்றன
அவன்விழும் அதே சமயத்தில்
பூக்காரி அங்கேயே இருக்கிறாள்
உருண்டோடும் சில்லறையுடன்
கசங்கிக்கொண்டிருக்கும் மலர்களுடன்
இறந்துகொண்டிருக்கும் அவனுடன்
நிச்சயமாக இவை எல்லாமே
பெரும் சோகம்
ஏதாவது செய்தாக வேண்டும் அவள்
அந்தப் பூக்காரி
ஆனால் செய்வது எப்படி என்று
தெரியவில்லை
அவளுக்குத் தெரியவில்லை.

(ழாக் ப்ரெவர் – சொற்கள்)

ஒரு எளிய சம்பவம் கவிஞனுடைய அவதானிப்பால் சிறப்பான ஒரு கவிதையாக வெளிப்பட்டிருக்கிறது. கவிஞனுடைய இந்த அவதானிப்பு நடிகனுக்குத் தேவையான மிக அவசியமான பண்புகளில் ஒன்று. என்னுடைய நடிப்புப் பயிற்சி வகுப்புகளில் 'அப்ஸர்வேஷன்' வகுப்பில் இந்தக் கவிதையைத் தவறாமல் பயன்படுத்தி வருகிறேன். நடிகனுக்கு நான் சொல்ல வரும் விஷயங்களை கவிதைகள் மிக எளிதாகவும் தீர்க்கமாகவும் புரிய வைத்து விடுகின்றன என்பதனால் என்னுடைய வகுப்புகளில் அதிகமாக தமிழ் நவீனக் கவிதைகளைப் பயன்படுத்திக் கொண்டிருக் கிறேன்.

நடிகனுக்கும் கவிதைக்கும் என்ன சம்பந்தம் என்று என்னிடம் நிறைய பேர் கேட்டிருக்கிறார்கள். கூத்துப்பட்டறையில் ந.முத்துசாமி நடிகர்களிடம் அவ்வப்போது தமிழின் மிக அற்புதமான கவிதைகளை வாசித்துக் காட்டுவார். அவர் வாசித்துக் காட்டும் அந்தக் கணங்களில் ரசனை அளவில் நாங்கள் முன்னேறுகிறோம் என்பதை அனுபவப் பட்டிருக்கிறோம்.

தான் சிந்திக்கும் மொழியில் நடிகன் ஆளுமை கொண்டவனாக இருக்க வேண்டும். நடிகன் மட்டுமில்லை ஒரு மனிதன் தன் சமூகத்துடன் தொடர்பு கொள்ள, தொடர்ந்து உரையாட விரும்புகின்ற பொழுது, அவன் தன்னுடைய மொழி குறித்த போதிய அறிவில்லாமல் இருந்தால் அவன் இச்சமூகத்தில் அந்நியனாக மட்டுமே இருக்க முடியும். மட்டுமே அல்லாமல் ஒருவர் மூன்று வகைகளில் அந்நியப்படுகிறார் என்று மொழியியல் வல்லுநர்கள் சொல்கிறார்கள்.

முதலாவது, அவர் தன்னுடைய சமூகத்துடன் சேர்ந்த நபர்களுடன் பேசமுடியாது.

இரண்டாவது, தன்னுடைய சமூக மொழி இயலின் முறையான சட்டதிட்டங்களை அவர் அறிந்திருக்க மாட்டார்.

மூன்றாவது, அவருக்குப் புலனறிதல் *(perception)* தொடர்பான சிந்தனைகள் முற்றிலும் இல்லாமல் போகின்றன. மொழி பிரதானமாய் புனைகதை உருவாக்கும் கருவியாக இலக்கியத்தில் மட்டும் பங்கு வகிப்பதில்லை. அதற்கும் மேலாக, மொழி உணர்வுக் காட்சிப்பாடுகளைக் *(perceptualization)* கட்டுப்படுத்துகிறது.

தனிநபர் அறியும் உலகின் எல்லைகள் அவர் அறிந்திருக்கும் மொழியின் எல்லைகள் என்றும் சொல்கிறார்கள்.

ஒன்றைக் குறித்து நம்மிடம் உண்டாகும் கருத்து நம்முடைய மொழியை அடிப்படையாகக் கொண்டுதான் உருவாகிறது என்று கல்வி உளவியலும் சொல்கிறது.

நம் முன்னிருக்கும் யதார்த்தம் என்னவாக இருந்தபோதிலும், நாம் நேரடியாக யதார்த்தத்தின் வெளிப்பாட்டு முறைகளில் சிந்திப்பதில்லை. மாறாக, மொழியால் தரப்பட்ட வரையறைகளைக் கொண்டுதான் சிந்திக்கிறோம்.

ஒரு குறிப்பிட்ட சமூகம் தன் அனுபவங்கள் யாவற்றையும் மொழியைப் பயன்படுத்திக் கருத்துருவாக்கல் செய்யும்பொழுது கிடைக்கும் சிறு பகுதியே கவிதையாகிறது என்று சொல்வார்கள்.

மிகச் சிறந்த கவிதைகள் வார்த்தைகளின் சாதாரண அர்த்தத் தொனிகளை உடைத்து மனோவியல் எல்லையில் செயல்படுகிறது. உதாரணத்திற்கு,

சிறகிலிருந்து பிரிந்த
இறகு ஒன்று
காற்றின்
தீராத பக்கங்களில்
ஒரு பறவையின் வாழ்வை
எழுதிச் செல்கிறது.

பிரமிளின் இந்தக் கவிதையை ஒவ்வொரு சொல்லாக வாசித்து, ஒரு சொல் இன்னொரு சொல்லோடு இணையும் கணத்தில் அது வெளிப்படுத்தும் அல்லது நாம் உருவாக்கிக் கொள்ளும் அர்த்தம் அல்லது அர்த்தங்கள் என்னவாக இருக்கின்றன என்று பார்த்தால் கவித் தன்மையை எளிதில் நாம் புரிந்து கொள்ளலாம்.

மக்களின் அன்றாடப் பேச்சு மொழியில் உள்ள கவித்தன்மையை அடையாளங்காண நடிகனுக்குத் தெரிந்திருக்க வேண்டும். அதற்கு இந்தக் கவிதை வாசிப்பு அவனுக்கு உதவி செய்யும். தான் ஏற்று நடிக்கும் பாத்திரத்தின் பேச்சு மொழியை வடிவமைப்பதில் இந்தக் கவித் தன்மையை எப்படிப் பயன்படுத்துவது என்பது குறித்து அவன் சிந்திக்க வேண்டும்.

நாடகத்தின், சினிமாவின் பிரதான நோக்கங்களில் ஒன்றாக இருப்பது பார்வையாளர்கள் மனதில் ஏற்படுத்தும் அழகியல் உணர்ச்சி. அப்பொழுது நாடகத்தின் பிரதானக் கருவியான, சினிமாவின் கருவிகளில் ஒருவரான நடிகனுக்குள்ளும் இந்த அழகியல் உணர்ச்சி இருக்க வேண்டும். மிகச் சிறந்த கவிதைகளுக்குள் இந்த அம்சத்தை நாம் பார்க்க முடியும். இந்த அம்சம் கொண்ட கவிதைகள் நடிகனின் சுயத்தை மேலும் ரசப்படுத்துகின்றன.

எல்லாவிதமான வேறுபாடுகளும் களையப்பட்டிருக்கும் ஓர் அவசியமான மகிழ்ச்சி நிலையை, ஆனந்த நிலையை அழகியல் அனுபவம் என்று நாட்டிய சாஸ்திரம் குறிப்பிடுகிறது. இந்த மாதிரியான நேரத்தில் அல்லது மனோநிலையில் நம்முடைய எல்லா சக்திகளும் உள்நோக்கிப் பாய்கின்றன. அப்பொழுது கலைஞன் முழுமையையும் அரூபத்தையும் அனுபவம் கொள்கிறான். தன்னிலை மற்றும் சூழ்நிலையை மறந்து போய்விடுகிற நிலை இது. இந்த ரசானுபவம் நம் மனதிற்குள் ஒரு முழுமையான நிகழ்த்து முறையைக் காட்சிப்படுத்திக் கொள்கிறது.

வெளிப்பாட்டில் தெளிவு, மொழியைக் கையாள்வதில் கச்சிதத்தன்மை அல்லது சிக்கனம், விவரணையில் ஸ்தூலத் தன்மை போன்ற நல்ல கவிதைக்கான இலட்சணங்கள் ஒரு நல்ல நடிகனுக்கும் பொருந்தக் கூடியவையே. "கவிதை மனித இயக்கம் யாவற்றிலும் ஒரு கிரீடம் போன்றது" என்கிறார் கவிஞர் பிரமீள். அதனால்தான் ந.முத்துசாமி என்னிடம் சேர்த்தது போல நானும் பயிற்சிக்கு வரும் நடிகர்களுக்குக் கவிதையையும் கொண்டு சேர்க்கிறேன்.

இன்னும் சில கவிதைகள்:

மலையாளக்கவிஞர் குஞ்ஞுண்ணிமாஷ் அவர்களின் கவிதையை மறைந்த கவிஞர் ஸ்ரீபதி பத்மநாபா அவர்கள் மொழிபெயர்த்திருந்தார். அதிலொரு கவிதை.

"நானொரு பூ

சிறிய பூ
எல்லோருக்குமான பூ
நானொரு தீ

பெரிய தீ
எனக்கு மட்டுமான தீ".
~~
எனக்கு மிக மிகப் பிடித்த கண்டராதித்தன் கவிதை ஒன்றுண்டு.
"மகளின் கண்ணீர்" என்ற தலைப்பிலான அக்கவிதை....

"நான் பொருட்படுத்தத் தேவையில்லாத கணத்திலொன்றுதான் அது

வாகனத்தில் வந்தவன் தவறி
என் மீது மோதியிருந்தான்
பெரும் பிழையில்லை
மன்னிக்கக் கூடியதுதான் ஆனால்
இது பிழையென அறியாத
குறுஞ்சினத்துடன்
பார்த்து வரக்கூடாதா என்றேன்.
ஓங்கி ஒரேயொரு குத்து
முகத்தில் ரத்தம் வழிகிறது
கீழே கைவிரலைப் பிடித்தபடியிருந்த
மகள் அண்ணாந்து பார்க்கிறாள்
பிறகு சுற்றும் முற்றும் திரும்பிப் பார்க்கிறாள்
அந்தக் கணத்தைப் பார்த்தவர்கள்
கடந்து கொண்டேயிருக்க
என் மூன்றே வயதான மகள்
அழக் கூடுமென
நினைத்தேன் அழவில்லை
நானிந்த நகரத்தை விட்டு அகல எத்தனித்தேன்
காற்று சலசலக்க பேருந்து சென்றது
எனக்கோ மகளின் சாந்தம் மாளாதிருந்தது
திடீரென விழித்து முகத்தைப் பார்க்காமல்
காயத்தை வருடினாள்
இப்போது இடதுபக்கத் தோளில் படர்கிறது
வெதுவெதுப்பான மகளின் கண்ணீர்
என் தாளாத குமிழொன்று தளும்பிக் கொண்டே
வீடு போகிறது."

நான் மானைக் கொன்றுவிட்டேன்

(தாவோஸ் ப்யூப்லோ இந்தியன்)

நானந்த மானைக் கொன்றுவிட்டேன்
நானந்த வெட்டுக்கிளையை நசுக்கிவிட்டேன்
அது உண்டுவாழும் சிறுசெடிகளையும்
நெடிந்து நேராக வளரும் மரங்களின்
இதயத்தைக் குறிவைத்து வெட்டிவிட்டேன்
நீரிலிருந்து மீன்களை
வானிலிருந்து பறவைகளை
எனது உயிர் வாழ்தலுக்கு இந்த மரணங்கள் தேவை
எனக்கு போஷாக்கூட்டக்கூடிய இவற்றிற்கு
நான் மரணிக்கும்போது எனது உயிரைக் கொடுத்துதான் ஆகவேண்டும்
எனது உடலை இந்த மண் பெற்றுக்கொள்ளும்
அதைச் செடிகளுக்குக் கொடுக்கும்
வெட்டுக்கிளிகளுக்குக் கொடுக்கும்
பறவைகளுக்குக் கொடுக்கும்
காட்டு நாய்களுக்குக் கொடுக்கும்
அவரவர் சுற்றுக்காகக் காத்திருப்போம்
உயிர் சுழற்சி அறுபடாது ஒருபோதும்

- அமெரிக்கப் பழங்குடிப் பாடல்
தமிழில்: சிவசங்கர் எஸ்.ஜே.
தொகுப்பு: நானே நிலம்...நிலமே நான்.

கடவுளின் நிறுவனம்

குடிப்பதற்கு ஓரளவு மதுவும்
கடிப்பதற்கு ஒரு துண்டு இறைச்சியும் கிடைத்துவிட்டால்
புணர்ச்சிக்கு வீடு திரும்பிவிடுகிறான் கவிஞன்
சமைப்பதற்கும் உறங்குவதற்கும்
சொந்தமற்ற நான்கு சுவர்களைக் கொண்டிருக்குமவன்
அதிலிருந்து வெளியேறும் நீண்ட கால்களால்
உலகத்தை விரித்துக்கொண்டு போகிறான்
அவன் கண்கள் செல்வச் செழிப்புள்ள
கருவூலங்களை ஊடுருவிச் சென்று
அப்பாலுள்ள நிலவை இலவசமாய்ப் பகிர்ந்து நிற்கிறது
கவிஞன் கரைமீது நடக்கும்போது
பசித்தவர்களின் பேரோசைகளையே கற்பிதம் செய்கிறான்
விளிம்பில் நின்று நிலத்தை அதட்டும் அவன் குரலால்
மிச்சமான பண்டங்கள் யாவும்
வெளியில் தெறித்து விழுகின்றன
அவன் சிரித்துக் கொள்கிறான்
இந்தக் கடவுளின் நிறுவனத்தில்
வேலைமறுத்தும் விசுவாசமற்றும் அவன் திரிவது
வேடிக்கையானது மட்டுமல்ல விபரீதமானதும்தான்
உழைப்பவர்கள் தங்கள் வயிற்றைக் காட்டும்போது
அந்தப் பைத்தியக்காரன் தற்கொலை செய்துகொள்ளும்படி
அவர்களுக்கு ஒரு ஆழ்ந்த பள்ளத்தாக்கையல்லவா
முன்மொழிகிறான்
அப்படித்தான் இரண்டு கை நிறைய
புளியவிதைகளைக் கொடுத்துவிட்டு
ஒரு இறக்குமதி பானத்தைக் கேட்டு அடம்பிடித்ததும்
சற்றே ஏமாற்றுக்காரனைப்போல் தென்படும் அவனுக்கு
நீங்கள் ஏதேனும் அறிவுரை கூற முயலும்போது
உங்களிடம் ஓரளவு மதுவும்
ஒரு துண்டு இறைச்சியும்
உபரியாக இருந்தால் தொலைத்துவிட்டுப் பேசுவதுதான்
சிறந்த உபாயம்

பிறகு அவனிடம்
உதவாக்கரைகளுக்காக
கடவுள் தன் நிறுவனத்தைத் திறந்து போடுவாரா
என்று கேளுங்கள்
போடமாட்டார் என ஒப்புக் கொள்வான்.

- யவனிகா ஸ்ரீராம்.

சவால்

மழையில் நனைந்து நடுங்கி
என் வீட்டுக்கதவை இரவில் தட்டிய வெற்றி
தலைமறைத்துச் செல்ல
ஒரு குடை கேட்டு இறைஞ்சி நின்றபோது
நான் என் கேடயத்தைக் கொடுத்தேன்
வேறெங்கும் செல்ல பிரியப்படாமல்
வாசலருகிலேயே கிடக்கிறது அதுமுதல்
கானக வழியிடையில் காலில் முள் தைத்து
துடித்துக் கிடந்தான் கடவுள்
ஊன்றிக்கொண்டு போகச் சொல்லி
என் உடைவாளைக் கொடுத்தேன்
அவன் இலக்கை மாற்றிக்கொண்டு
எனக்குப் பின்னேதான் வந்துகொண்டிருக்கிறான்
நதியில் நீந்திய தேவதையின் ஆடைகளை
வெள்ளம் உருகிப்போன பின் பல காலம்
பழகிய சிலந்திகளால் மானம் மறைத்து
மலக்குகையில் கிடந்தாள்
என் உடுப்புகளை அவிழ்த்துக் கொடுத்தப் பிறகு
தலைக்குயரே மிதக்கிறாள் நான்
செல்லவேண்டிய பாதையைத் தெரிவுசெய்ய
வலிமையின் குழந்தைகள் செய்த
விளையாட்டுப் படகை
வெள்ளோட்டம் பார்க்கக் கொஞ்சம்
ரத்தம் கொடுத்தேன்
என் மூச்சில் புகுந்து உடலின் தங்கின குழந்தைகள்

நான் வாளற்றவன் காப்பற்றவன்
உடையும் உதிரமும் அற்றவன் விதியே
உன்னைப் புதைக்கவேண்டிய
இடத்தைத் தெரிவுசெய்து
சமருக்குத் தயாராகி வா

- யூமா. வாசுகி

முந்தித்தவம்

நீ ஒரு ஆம்பள
ஒனக்கு ஒரு பொண்டாட்டி
புள்ளைகளுக்கு கலைக்டர் வேல
வேண்டாம்
ஒரு எடுபிடி வேல வாங்கிக் கொடுக்க முடியாது
உன்னால.
வீடு வித்து
வாயில போட்டாச்சி
தாலிநூல் வித்துத் தின்னாச்சி
கம்மல் இருக்கா
வீட்டு வாடகைக்கு
பொம்பள ஜவாப் சொல்லணும்
விடிஞ்சாப் போற
அடஞ்சா வாற
மண்ணெண்ன அடுப்பில் சமச்சு
வீடு பூராவும் கரி
ஒரு பாவாடைக்கு
மாத்துப் பாவாட கெடையாது
முகத்துக்குப் பூசிட
செத்தியாங்காணு
மஞ்சத்துண்டு இல்ல
நல்லாப் பொழைக்கிறவா
சிரிக்கிறா

ஒனக்கு
ஆக்கி அவிச்சி
ருசியா கொட்டணும்
கால் பெருவிரலை நீட்டி
ஒத்தச் செருப்பை
மெள்ள இழுத்தேன்
பாழாப்போன ரப்பர்
வார் அறுந்திருக்கிறது
அவள் பின் கழுத்தில்
என் கண்கள்
செல்லமாய் விழுந்தது
அந்த மஞ்சக் கயிற்றில்
ஒரு ஊக்கு இருக்கு
கேக்கலாம்
கேளாமலே கூட
தென்னி எடுக்கலாம்
அவள் அழுவதைப் பார்க்க
இஷ்டம் இல்லை
செருப்பை விட்டுவிட்டு
நடக்கிறேன்

- மு. சுயம்புலிங்கம்

நீர் தெளித்து விளையாடுதல்

முன்பின் பழக்கம் இல்லாத
பயண வழி உணவுவிடுதியில்
சாப்பிட்டுவிட்டு
கைகழுவப்போனேன்.
சாதாரண உயரத்தில்
இரண்டு வாஷ் பேசின்களும்
மிகக்குறைந்த உயரத்தில்
ஒரு வாஷ்பேசினும் இருந்தன.
கை கழுவும்போது
காரணம் தெரிந்துவிட்டது.

குள்ள வாஷ்பேசின் முன்
இல்லாத குழந்தையின் மேல்
செல்லமாகத் தண்ணீர் தெளித்து
விளையாடிவிட்டு
விரைவாக வெளியே வந்துவிட்டேன்

- முகுந்த் நாகராஜன்

மாணவப் பார்வை

நடிப்பைப் பொருத்தவரையில் வாலறிவன் அண்ணா என் முதல் குரு. சொல்லப்போனால், அவரிடம் நடிப்பு மட்டுமல்ல, அன்றாட வாழ்க்கைக்கான எத்தனையோ விஷயங்களைக் கற்றுக்கொண்டேன். நான் வீட்டில் கூச்ச சுபாவத்தோடு வளர்ந்தவன். அண்ணனைச் சந்திக்கும் வரை நான் கொஞ்சமும் தன்னம்பிக்கை இல்லாமல் இருந்தேன். கிட்டதட்ட மூன்று மாதங்கள் அண்ணன் தந்த பயிற்சிகளுக்குப் பிறகு என்னிடம் நானே எதிர்பார்க்காத அளவுக்கு மாற்றங்கள்! அப்பாவும் என் மாற்றத்தைக் கண்டு மிகவும் மகிழ்ந்தார். என் வாழ்வில் குருவாக வந்ததற்கு நன்றி அண்ணா.

- ஜெயன்,
'மத்தாப்பூ' நாயகன்,
நடேஷன் நகர்,
சென்னை

"உணர்ச்சிகள் என்பது மிகவும் பயந்த, நம்பிக்கையற்ற விலங்கினைப் போன்றது. நீ அதை அணுகினால் அது ஓடிவிடும். அதை உன்னிடம் அணுக விடு."

- *Michael Howard.*

ஆப்பிள் பலூன்கள்

பதியம் பாரதிவாசன் மரண தண்டனை குறித்த ஆல்பர் காம்யுவின் புத்தக விமர்சனக் கூட்டத்தை திருப்பூரில் நடத்தினார். எழுத்தாளர் ச.தமிழ்ச்செல்வனும் இன்னும் சில ஆளுமைகளும் புத்தகம் குறித்துப் பேசினார்கள். இறுதியாக என்னுடைய தனிநபர் நாடகம் நிகழ்த்துவதற்கு ஏற்பாடு செய்திருந்தார்கள்.

ஒரு தோழர் பேசி முடித்ததும் நான் செம்மண் கலரில் வேட்டியும், கருப்பு டீ சர்ட்டுமாகக் கைகளில் இரண்டு பீர்பாட்டில்களோடு ஹாலில் நுழைந்து கொண்டே குடிகாரனுடைய தோரணையிலும் தொனியிலும், “எல்லாம் போதைதான். எல்லாமே போதைதான். இதெ நான் சொல்லலங்க. ஜெர்மன் கவிஞர் போதலெர் சொல்லியிருக்காருங்க. ஜெர்மன்ல சொன்னா அது ஜெர்மனுக்கு. அது இங்க எதுக்குன்னு கேக்குறீங்களா. நீங்க ஆல்பர் காம்யூவப் பத்திப் பேசும்போது நான் போதலெர் பத்தி பேசக்கூடாதுங்களா. பேசுவேங்க. போதைய பத்தி அவரு என்னா சொல்றாருன்னு கொஞ்சம் கேளுங்க.”

என்று பார்வையாளர்களின் மத்தியில் நுழைந்து பேசிக் கொண்டிருக்கும் சமயத்தில் தாட்டியமான ஒரு தோழர் வந்து என்னை அப்படியே அலேக்காகத் தூக்கி வெளியே கொண்டு போகப் பார்த்தார். உடனே பாரதிவாசன் மைக்கைப் பிடித்து “அவரு நாடகத்த நடத்திக்கிட்டிருக்காருங்க. அவர விட்டுடுங்க” என்று சொல்ல, என்னை விட்டு விட்டார். நான் தொடர்ந்தேன்.

“எப்போதும் போதையிலிரு
இடைவிடாம போதையிலிரு

தண்ணி இல்லாட்டி பொண்ணு அதுவும் இல்லாட்டி
உன்னளவிலான நீதிபோத உணர்வுன்னு
எப்போதும் போதையிலிரு
இடைவிடாம போதையிலிரு
இது மட்டும்தான் தீர்வு
எந்த போதையுமில்லாம நீ வாழவே முடியாது
தோள முறிச்சி உடம்ப வளைக்குற காலத்தின்
பயங்கரச் சுமையை உணராமல் இருக்க
இடைவிடாம போதையிலிரு
இது மட்டும்தான் தீர்வு
காலத்தின் கொடுமையிழைக்கப்பட்ட
அடிமைகளா இல்லாமல் இருக்க
போதையிலேயே இரு
தடையில்லாம
எப்போதுமே போதையிலிரு
நான் இப்ப போதையிலதான் இருக்கேங்க
நாம எல்லோருமே போதையிலதான் இருக்கோம்
ஏதாவது ஒரு போதையில
ஆமா ஏதாவது ஒரு போதையில
இந்தக் கூட்டம். இந்தப் பேச்சு.
என்னோட இந்தக் கூச்சல்
எல்லாமே போதைதாங்க"

நகுலன் மொழிபெயர்ப்பு

என்று சொல்லி விட்டு, நான் எனது இடுப்பில் சொருகி வைத்திருந்த வோட்கா ஆப்பிள் பாட்டிலை எடுத்து ஒருவரிடம் 'குடிக்கிறீங்களா' என்று சைகையால் கேட்க, அவர் எதுவும் சொல்லாமல் அமைதியாக இருந்தார். நான் இன்னும் இரண்டு மூன்று நபர்களிடம் கேட்டேன். எல்லோருமே அமைதியை மட்டுமே பதிலாகத் தந்தார்கள்.

நான் அடுத்ததாக முகத்தில் கருஞ்சாந்தினைப் பூசிக்கொண்டும், இரண்டு கண்களுக்குப் பக்க வாட்டில் சிவப்புச் சாந்தினை நீட்டி விட்டுக் கொண்டும், என் கையிலிருந்த எல்லா ஆப்பிள் பலூன்களையும் ஐம்பதுக்கும் மேலான பார்வையாளர்களுக்குக்

கொடுத்து விட்டு, ஊதிக் கட்டிக் கொள்ள நூல்கண்டுகளையும் கொடுத்தேன். எல்லோரும் பலூன்களை ஊதிக் கட்டிக் கொண்டார்கள். அரங்கு முழுவதும் ஆப்பிள் பலூன்களாய் ஜகஜ்ஜோதியாய் இருந்தது.

நானும் இரண்டு கைகள் நிறைய ஆப்பிள் பலூன்களை வைத்துக் கொண்டு ரமேஷ் பிரேதனின் 'ஆப்பில் பலூன்கள்' கவிதையை

கோமாளிகள் நிறைந்த திருவிழாவில்
பலூன் வியாபாரியான நான்
குழந்தைகளின் குதூகலத்திற்கான
கோமாளியாகிறேன்
நான் வாய்கொண்டு ஊத
நீலநிறப் பாம்பு படமெடுக்க
அதன் வால்முனையை முடிந்து
குழந்தையிடம் கொடுத்தேன்
கூட்டத்திற்குள் பலூன் பாம்பைத்
தூக்கிக்கொண்டு ஓடினாள்
கூட்டம் மருண்டு விலகியது

இன்னொரு பிள்ளை
கீரிப்பிள்ளை பலூனைப் பெற்றுக்கொண்டு
பாம்பைத் துரத்தினாள்
கூட்டம் சிரித்து அலைமோதியது.

பலூன்களால் கை கால் முகம் உடம்பு
எனச் செய்யப்பட்ட சாமி
தேரில் பவனி வந்தது
ஓடிச் சென்ற பாம்பு
சாமியின் கழுத்தில் சுற்றி
தலைக்கு மேல் படம் விரித்து
கீரியை பயமுறுத்தியது
குழந்தையின் கையைக் கடித்துவிட்டு
பிடி விலகிக் கொண்ட கீரி
கூட்டத்துக்குள் தாவி ஓடியது

பாம்பையும் கீரியையும் இழந்த
இரு குழந்தைகள்
பலூன் வியாபாரியான என்னிடம் வந்தனர்
நான் அழுத அவர்களின் முகம் துடைத்து
ஆப்பிள் பலூன்களைத் தந்தேன்
தின்றபடி வீடு திரும்பினர்
நேற்றைய எனது கனவில்

என்று சொல்லி முடித்தேன். பார்வையாளர்கள் கோமாளி கொடுத்த ஆப்பிள் பலூன்களை வைத்தபடி உட்கார்ந்து கொண்டிருக்கின்றனர். மீண்டும் ரமேஷ் பிரேதனின் மற்றொரு கவிதையான

நேற்று எனது கனவில்
காந்தி வந்தார்
எனது இருக்கையிலிருந்து எழுந்து
அவரை அமர்த்தி விட்டு
தரையில் அமர்ந்தேன்
என் கனவில் வந்த காந்திக்கு
வயது முப்பத்தியாறு
என்னைவிட மூன்று வயது இளையவர்
ஆழ்ந்த இறுக்கத்தில் இருந்தார்
சில நிமிடங்களுக்குப் பிறகு
ஆழ்ந்த மௌனத்திலிருந்து
கண்ணீர் வழிந்தது
சப்தமின்றி அழுதார்
மழை போலவோ
அருவி போலவோ
பேரோசை எழுப்பாத
நீரின் வீழ்ச்சி
சப்தமற்ற அழுகைதானே

என்னிடம் ஒரு துப்பாக்கியை எடுத்து நீட்டினார்
நான் பதற்றத்தோடு பெற்றுக் கொண்டேன்
தன்னை சுடச்சொல்லி சைகை செய்தார்
நான் தயங்கினேன்
பல மணிநேரம் வார்த்தையின்றி மன்றாடினார்
ஒரு கட்டத்தில் என்மீது
வெறித்த பார்வை நிலை கொள்ள
கண்களிலிருந்து முடிவற்று நீர்வழிய
ஆழ்ந்த இறுக்கத்தில் சமைந்தார்
அவரது நெற்றியில் பொருத்தி
வெடித்தேன்.

திடுக்கிட்டு கனவிலிருந்து
வெளிப்பட்டேன்
உடம்பெல்லாம் பெரும் நடுக்கம்
விளக்கைப் போட்டேன்
சுவரில் கிழவர் சிரித்துக் கொண்டிருந்தார்.
வியர்வைப் புழுக்கத்தில் என் நெற்றிக் குங்குமம் வழிந்து
மூக்கின்மீது ஊர்ந்து கொண்டிருந்தது
நத்தையைப் போல
காந்தியின் ரத்தம்
காந்தியின் ரத்தம்

என்று மூர்ச்சையாகி கீழே விழுந்தேன்.
சில நொடிகள் கழித்து எழுந்து சி. மோகனின் கவிதையான

எனக்குத் தூக்கம் வருகிறது – எனினும்
தூங்கும் மார்க்கமறியாது விழித்திருக்கிறேன்.
எனக்குத் தூக்கம் வரும்போது
ஒரு மிருகம் வாய் பிளந்து நாக்கை நீட்டும்
நான் வாயினில் புகுந்து நாக்கினில் துயின்றிருப்பேன்
பொதுவாக, என் சயன அறையும்
படுக்கையும் அவைதாம்

சமயங்களில் என் கடவுளின் உள்ளங்கையிலும்
என் சாத்தானின் மடியிலும்
அயர்ந்து உறங்கியிருக்கிறேன்

இன்று அந்த மிருகத்தைக் காணவில்லை
எப்போதாவது அது நேர்வதுதான்
ஏனென்று இதுவரை நானும் கேட்டதில்லை
கடவுளின் உள்ளங்கையைத் தேடியபோது
அவர் சுயமைதுனத்தில் லயித்திருந்தார்
சாத்தானின் மடியை நாடிய போது அவர்
கடவுளின் மனைவியோடு சுகித்திருந்தார்
இப்போது நான் என்ன செய்வது
எனக்குத் தூக்கம் வருகிறது எனினும்
தூங்கும் மார்க்கமறியாது விழித்திருக்கிறேன்.

நான் பொதுவாக கவிதையை நாடகமாக நிகழ்த்தும் பொழுது written text-ல் இருப்பதை சொல்லி விட்டு அதையே verbal text-ல் மாற்றிச் சொல்வேன். உதாரணமாக

எனக்கு தூக்கம் வருது – ஆனாலும்
தூங்கறதுக்கு வழிதெரியாம முழிச்சிக்கிட்டு இருக்கேன்
நாம எல்லோருக்கும் தூக்கம் வருது
தூங்கறுதுக்கு வழி தெரியாம முழிச்சிட்டிருக்கோம்
வழிதெரியாம முழிச்சிட்டிருக்கோம்
இப்ப நான் என்ன செய்ய
நாம என்ன செய்ய
என்ன செய்ய

என்று சில வரிகளைத் திரும்பத் திரும்பச் சொல்லிக் கொண்டிருப்பேன். இப்படி சொல்வதன் மூலமாக அவ்வரிகளுக்கு மந்திர உச்சாடனத்தின் சக்தியை எழுப்புவேன். இந்த சக்தியால் பார்வை யாளர்களின் மனதைத் தன்னை நோக்கி இழுத்து ஒன்றி உட்கார வைத்துக் கொள்வேன். அப்படிப் பலமுறை நடந்திருக்கிறது. ஆனால் இந்த நிகழ்வில் நடந்ததோ வேறு. "நான் என்ன செய்ய..." என்று திரும்பத் திரும்ப இரண்டு முறை நான் கேட்டுக் கொண்டிருக்க, ஒருவர் மிகக் கோபமாக எழுந்து "சாமியாரா

போகவேண்டியதுதானே…" என்றார். நான் மீண்டும் அவரைப் பார்த்து "தூக்கம் வருது நான் என்ன செய்ய ?" என, அதே தாளகதியில் அவரும் "சாமியாரா போங்க" என்றார். கடவுளும் சாத்தானும் என்ன செய்து கொண்டிருக்கிறார்கள் என்று நான் சொன்னது அவருக்கு இன்னும் புரியவில்லை போல.

பார்வையாளர்கள் ஒவ்வொருவரும் ஒவ்வொரு உணர்வுநிலையில் இருக்க, தொடர்ந்து நான் ஆத்மநாமின் கவிதையான

ஏதாவது செய் ஏதாவது செய்
உன் சகோதரன்
பைத்தியமாக்கப் படுகிறான்
உன் சகோதரி
நடுத்தெருவில் கற்பிழக்கிறாள்
சக்தியற்று
வேடிக்கை பார்க்கிறாய் நீ
ஏதாவது செய் ஏதாவது செய்
கண்டிக்க வேண்டாமா
அடி உதை விரட்டிச் செல்
ஊர்வலம் போ பேரணி நடத்து
ஏதாவது செய் செய்
கூட்டம் கூட்டலாம்
மக்களிடம் விளக்கலாம்
அவர்கள் கலையுமுன்
வேசியின் மக்களே
எனக் கூவலாம்
ஏதாவது செய் ஏதாவது செய்
சக்தியற்று செய்யத் தவறினால்
உன்மனம் உன்னைச் சும்மா விடாது
சரித்திரம் இக்கணம் இரண்டும் உன்னை
பேடி என்னும்
வீர்யம் இழந்தவன் என்றும்
குத்திக் காட்டும்
இளிச்சவாயர்கள் மீது
எரிந்து விழச் செய்யும்

ஆத்திரப்படு
கோபப்படு
கையில் கிடைத்த புல்லை எடுத்து
குண்டர்கள் வயிற்றைக் கிழி
உன் சகவாசிகளின் கிறுக்குத் தனத்தில்
தின்று கொழிப்பவரை
ஏதாவது செய் ஏதாவது செய்.

என்று சொன்னேன்.

நாடகம் முடியும்போது என்தொண்டை வறண்டுபோய் விட்டிருந்தது. குடிக்க நீர் கிடைக்க இன்னும் நேரமாகும் போல இருந்தது. எல்லோரும் தங்கள் கைகளில் ஆப்பிள் பலூன்களோடு வீடு திரும்பிக் கொண்டிருந்தனர்.

மாணவப் பார்வை

நான் திரு வாலறிவனிடம் நடிப்புப் பயிற்சி எடுத்துக்கொண்டேன். அவர் எனக்கு நடிப்புக்குத் தேவையான பலவிதமான பயிற்சிகளைக் கொடுத்தார். திரைக்கதையைப் படித்துவிட்டு, நான் ஏற்ற பாத்திரத்தை உள்வாங்கிக்கொண்டு, அந்தப் பாத்திரத்தைக் கொஞ்சம் கொஞ்சமாய் என் புத்தியில் ஏற்றி, உணரவைத்து, என் உடல் வழியாக வெளிக்கொண்டு வந்த அனுபவம் சூப்பர்ப்! வசனங்களை உணர்ந்து சொல்வதற்கு அவர் பயன்படுத்திய கூழாங்கற்கள் முறை எனக்குக் கொடுத்த பயிற்சிகளில் முக்கியமான ஒன்று.

- ஜனா
வளர்ந்துவரும் நடிகர்,
சிங்கப்பூர்.

நல்ல நடிகனுக்கு நடிப்பதில் அக்கறை இருக்கும்; ஆனால் பயம் இருக்காது. எச்சரிக்கை இருக்கும்; சந்தேகம் இருக்காது; இருக்கவும் கூடாது.

— இயக்குநர் மகேந்திரன்.

கடவுளின் தூளி

என்னிடம் நடிப்புப் பயிற்சிக்கு வரும் நடிகர்களுக்கு எந்த விதத்திலாவது தெருக்கூத்து பற்றிய சின்ன அளவிலான பரிச்சயத்தை உண்டாக்கிவிடுவேன். இயக்குநர் 'தினந்தோறும்' நாகராஜன் இயக்கிய 'மத்தாப்பு' திரைப்படத்தின் நாயகன் ஜெயன் என்னிடம் பயிற்சிக்கு வந்து கொண்டிருந்த சமயம் நடந்ததோர் எதிர்பாராத நிகழ்வு இது.

இரவு ஒன்பது மணிக்கு செய்யாறுக்குப் பக்கத்திலுள்ள புரிசையில் கண்ணப்பத் தம்பிரான் தெருக்கூத்து மன்றம் நடத்திய தெருக்கூத்து விழாவுக்குப் போகவேண்டும். அதற்கு முன்னால் கூத்துப்பட்டறையில் அப்போதைய முழுநேர நடிகர்கள் ஒவ்வொருவரும் சின்னச் சின்னக் கதைகளை எடுத்துக் கொண்டு அதை நிகழ்த்திக் கொண்டிருப்பதாகக் கேள்விப்பட்டு, கூத்துப் பட்டறை நாடகத்தைப் பார்த்து விட்டு, புரிசைக்குப் போகலாம் என்று முடிவு செய்தோம். ஜெயனுக்கும் நாடகங்களையும் தெருக் கூத்தையும் பார்ப்பதற்கு மிகுந்த ஆர்வமிருந்தது.

என் வீடும், ஜெயனின் வீடும் கூத்துப்பட்டறைக்கு அருகில்தான் இருந்தன. இரவு ஏழு மணி. கூத்துப்பட்டறைக்குள் நுழைந்தோம். நூறு பேர் உட்கார்ந்திருக்க வேண்டிய இடத்தில் பதினைந்து நபர்கள் மட்டுமே இருந்தார்கள். மூன்று நடிகர்கள் மூன்று சிறு கதைகளைத் தனித்தனியாக நிகழ்த்துவதாகச் சொல்லப்பட்டது. மொத்தமும் நாற்பத்தைந்து நிமிடங்களில் முடிந்து விடக்கூடும் என்று சொன்னார்கள். எங்களுக்கு இது வசதியாக இருந்தது. ஆனால் நாடகங்களை மட்டுமே பார்க்க வந்தவர்கள் "இந்த

நாற்பத்தைந்து நிமிடங்களுக்குத்தானா எங்கிருந்தோ வந்தோம்?" என்று வருத்தப்பட்டார்கள். இதை உணர்ந்த ந.முத்துசாமி என்னிடம் சொல்லிக் குறைபட்டுக் கொண்டார். எதிர்பாராத காரணத்தால் ஒரு நடிகரின் நாடகம் ரத்து செய்யப்பட்டதால் வந்த சங்கடம் இது என்று சொன்னவர் எதையும் யோசிக்காமல் "நீங்க ஏதாவது பன்றீங்களா?" என்று கேட்டார். எனக்கு என்ன சொல்லுவது என்று தெரியவில்லை. சுதாரித்துக் கொண்டு "இல்ல சார், நான் எதையும் தயார் பண்ணி வைக்கல" என்று சொல்லி விட்டு அமைதியாகி விட்டேன். அவர் முகத்தில் சின்ன ஏமாற்றம் தோன்றி மறைந்தது. இப்பொழுது எனக்குச் சங்கடமாகி விட்டது. நாடகம் தொடங்கி விட்டது. முதலாவதாக ஒரு நடிகர் மேடையில் தோன்றி நடித்துக் கொண்டிருந்தார். எனக்கு மனது நாடகத்தில் நிற்கவில்லை.

நடிகனுடைய அத்தனை நடைமுறைச் சிக்கல்களையும் கிட்டதட்ட முப்பது வருடமாகப் பார்த்துப் பழகிய மனிதர், எந்த அடிப்படையில் எந்தத் தயாரிப்பும் இல்லாது வெறுமனே நாடகம் பார்க்க வந்தவனைப் பார்த்து "நீங்க ஏதாவது நடிக்கிறீங்களா என்று கேட்கிறார். என் மனது அதற்கு உன்மேல் உள்ள நம்பிக் கைதான் என்று பதில் சொன்னது. கடைசி நாடகம் முடிவதற்கு முன்னாலேயே, முத்துசாமியைப் பார்த்து 'நான் பண்றேன் சார்' என்று சைகை காட்டினேன். அவர் தனது இடது கையால் மீசையை நீவி விட்டுக் கொண்டார்.

நாடகம் முடிந்தது. ந.மு. லைட்டிங்கில் உட்கார்ந்திருந்தவர் பக்கமாகத் திரும்பி, "வாலறிவன் நடிக்கப் போறாரு இருங்க" என்று சொன்னார். நான் மேடையேறி நடுவில் நின்று கொண்டு பார்வை யாளர்களைப் பார்த்து, "எல்லோருக்கும் வணக்கம். நான் எந்தத் தயாரிப்பும் இல்லாம சும்மா நாடகம் பாக்கத்தான் இங்க வந்தேன். முத்துசாமி என்னப் பாத்து 'நடிக்கிறியா'ன்னு கேட்டாரு. நான் எடுத்தவுடனே யோசிக்காம சம்பிரதாயப்படி முடியாதுன்னு சொல்லிட்டேன். ஆனா கொஞ்சம் கொஞ்சமா யோசித்துப் பார்த்தா கூத்துப்பட்டறை, சொன்னதைச் செய்யும் கிளிப்பிள்ளைகளா நடிகர்களை உருவாக்கல. அவங்களே சொந்தமா ஒண்ண உருவாக்கு றதுக்கான படைப்பாற்றலை அவங்க கிட்ட வளர்த்தெடுத்து ஒவ்வொருத்தனையும் ஒரு படைப்பாளனா அனுப்பி வைக்கத்தான்

இன்னிக்கி வரைக்கும் முயற்சி பன்னிட்டிருக்குது. அந்த வகையில பார்த்தா நடிகனெங்குறவன் ஒரு படைப்பாளி. தேவையான சமயத்தில தேவையான ஒண்ண படைச்சுக் காட்டவேண்டியவன் நடிகன். அந்த வகையில நானும் கூத்துப்பட்டறை நடிகன்.

இதோ இந்த மேடையில, உங்களோட பதினைஞ்சு நிமிடங்களை எனக்கே எனக்காகன்னு குடுத்திடுங்க, நான் உங்களோட நேரத்துக்கு நியாயம் செய்வேன்" என்று சொல்லி விட்டு லைட்டிங்கில் உட்கார்ந்திருந்த கேசவனை நோக்கி,

"கேசவன் நடுவுல அந்தரத்துல தொங்குற தூளி மாதிரி ஒரு லைட்டிங் குடுங்க!" என்றேன்.

செய்து கொடுத்தார்.

"அடுத்ததா பார்வையாளர்களுக்கு இடது பக்கமா ஒரு நரகத்தை லைட்டிங்ல கொண்டு வாங்க!"

நரகத்தைக் கொண்டு வந்தார்.

"இப்போ பார்வையாளர்களுக்கு வலது பக்கமா ஒரு சொர்க்கத்தை உண்டாக்குங்க!"

சொர்க்கத்தை உண்டாக்கினார்.

நடுவில் இதற்கு முன்னால் நடந்த நாடகத்திற்குப் பயன்படுத்திய நீண்ட பெரிய குத்து விளக்கைக் கொண்டு வந்து வலதுக்கும் இடதுக்கும் நடுவில் தூளியாய்த் தொங்கும் ஒளிக்குள் வைத்தேன். இப்பொழுது அந்த இடம் பொன்னிறத் தூளியாகக் காட்சி தந்தது.

"இத உங்க அம்மா உங்கள இட்டு தாலாட்டின தங்கத் தூளியா நெனச்சுக்கிங்க!" என்று சொல்லி விட்டு நான் மேடைக்குப் பின்பக்கமாகச் சென்று அங்கேயே நின்று கொண்டு, கீழ்கண்ட ஸ்ரீநேசனின் கவிதை வரிகளை மெல்ல சொல்லச் சொல்ல, வரிகளின் சாராம்சத்தைக் கேசவன் தனது ஒளியால் மிக அருமையாக வெளிப்படுத்தினார்.

கடவுளின் தூளி

அம்மாவும் அப்பாவும் குழந்தையுமான ஒரு குடும்பத்தை
விபத்து நடத்திக் கொன்றாள் கடவுள்
அம்மா நல்லவளாகையால் வலப்புறமிருந்த
சொர்க்கத்துக்கு அனுப்பி வைத்தாள்
அப்பா கெட்டவன் எனச் சொல்லி இடப்புற
நரகத்தில் தள்ளி விட்டாள்
நல்லதா கெட்டதா எனத் தெரியாமல்
குழந்தையைத் தன்னுடனே வைத்துக் கொண்டாள்
தாய் தந்தையில்லாத ஏக்கத்தில்
அழத் தொடங்கிய குழந்தை நிறுத்தவே இல்லை
முகிலைத் துகிலாக்கி மின்னலைக் கயிறாக்கிப் பிணைத்து
வெட்ட வெளியில் தூளி ஒன்றைக் கட்டிய கடவுள்
குழந்தையை அதிலிட்டுத் தாலாட்டத் தொடங்கினாள்
சொர்க்கத்துக்கும் நரகத்துக்குமிடையே அசைந்தது தூளி
வலப்புறம் அம்மாவையும்
இடப்புறம் அப்பாவையும்
காணத்தொடங்கிய குழந்தை அழுகையை நிறுத்திக்கொண்டது
அப்பாடா என ஓய்ந்தாள் கடவுள்
குழந்தையோ மீண்டும் வீறிடத் தொடங்கியது
பாவம் கடவுள் குழந்தையை
நல்லதாக்குவதா
கெட்டதாக்குவதா
என்பதையே மறந்துவிட்டுத்
தூளியை ஆட்டத் தொடங்கி ஆட்டிக் கொண்டே இருக்கிறாள்.

மாணவப் பார்வை

நாங்கள் ஒரு பத்துபேர் கொண்ட குழு கிழக்குத் தொடர்ச்சி மலைகளில் பயணம் செய்துகொண்டிருந்தோம். சோழன் இடையில் வந்து சேர்ந்தார். இவரைப் பற்றி அறிந்ததும் இரண்டு நாள் பட்டறையை நடத்தச் சொல்லிக் கேட்டோம். சோழனும் மகிழ்ச்சியாக ஏற்றுக்கொண்டார். சித்தேரி மலைக்கு மேலேறி பின்பு ஒரு இறக்கத்தில் உள்ள அருவியில் வைத்து பயிற்சியை நடத்தினார். நடிகனுக்குத் தரப்படும் பயிற்சிகள் நடிப்புக்கானவை மட்டுமல்ல, அது அன்றாட வாழ்க்கைக்குமானவை என்று சொல்லி நடத்தினார். எங்கள் பத்து பேருக்கும் வாழ்க்கையில் மறக்க முடியாத அனுபவம் அந்த இரண்டு நாட்கள். புகைப்படங்களை எங்களில் ஒருவர் எடுக்கிறோம் என்றோம். அந்த ஒருவர் இந்த அனுபவத்தை இழப்பார் என்றுசொல்லி சோழன் மறுத்துவிட்டார்.

அதன் பிறகு எத்தனையோ முறை கேட்டோம். சோழன் எங்களோடு வர மறுத்துவிட்டார். காரணம் கேட்டால் சிரிக்கிறாரே தவிர சொன்னதில்லை. எங்களால் அவரைப் புரிந்துகொள்ள முடிகிறது.

'நிறைவான வேலை. போதுமான கட்டணம்' சோழன் நீண்ட வருடங்களாக இதை கடைப்பிடிக்கிறார். அவர் குருவைப் போலவே நடிகர்களோடு வேலை செய்துகொண்டிருப்பதை விரும்புகிறார்.

அவருடைய சொந்த ஊருக்குப் பக்கத்தில் பயிற்சிப் பள்ளியை உருவாக்கிக் கொண்டிருக்கிறார். சோழனுடைய கனவு பலிக்கட்டும். மென்மேலும் சிறக்கட்டும்.

வாழ்த்துக்கள் சோழன் வாலறிவன் சார்.

தினகரன் திருப்பதூர்

நடிப்பு என்பது கண்ணாடி பார்க்காமல் தலைவாரிக் கொள்வது

— கமல் ஹாசன்.

சாமியாட்டம்

தலித் மக்களின் அவலங்கள், வேதனைகள், கலகக்குரல்கள் ஆகியவற்றைத் தனது எழுத்தின் கருப்பொருளாகக் கொண்டு, தொடர்ந்து செயல்பட்டுக் கொண்டிருக்கும் எழுத்தாளர் பாமாவின் சிறுகதைகளைக் கூத்துப்பட்டறை ஏற்கெனவே மேடையேற்றி இருக்கிறது. அந்த முதல் முயற்சியைத் தொடங்கி வைத்து ஒரு கதையில் நானும் நடித்திருக்கிறேன். பாமாவின் கதை சொல்லும் முறையும், அவரது பாத்திரங்களின் பேச்சு மொழியும், கதைகளின் நகைச்சுவையும், நையாண்டியும், பகடி கலந்த உரையாடல்களும், ஒரு நடிகனாக எனக்கு மிகவும் பிடித்தமானவை. அவரது கதைகளைத் தொடர்ந்து வாசித்துக்கொண்டிருக்கும் ஒருவனாக இதைச் சொல்கிறேன்.

இயக்குநர் சீமானின் "வாழ்த்துக்கள்" திரைப்படத்தில் ந.முத்துசாமி நடித்துக் கொண்டிருந்தார். அவருடன் சென்றிருந்த நான் அந்த மாதம் (ஜூன் 2007) தீராநதியில் வெளியாகியிருந்த பாமாவின் 'சாமியாட்டம்' சிறுகதையைப் படித்து விட்டு நல்ல நாடக அம்சம் பொருந்திய கதை என்று நினைத்து கேரோவேனில் உட்கார்ந்தபடி, ந.மு. விடம் படித்துக் காட்டினேன். அவருக்கு மிகவும் பிடித்து விட்டது. நடிகர்களிடம் கொடுத்து நாடகமாக்கலாம் என்று சொன்னவர், படப்பிடிப்பு முடிந்ததும் சென்னைக்கு வந்து வினோதினியிடம் படிக்கக் கொடுத்திருக்கிறார். வினோதினி சில மாதங்கள் கழித்து சாமியாட்டத்தை தனிநபர் நாடகமாக மிக அற்புதமாக நிகழ்த்திக் காட்டினார். நான் அந்த நாடகத்தை இரண்டு மேடைகளில் பார்த்திருக்கிறேன். அதில் ஒன்று எழுத்தாளர் ஞானியின் வீட்டில் கேனிக் கூட்டத்தில். அந்தக் கூட்டத்திற்கு எழுத்தாளர் பாமாவும் வந்திருந்தார். நாடகம் முடிந்ததும்

வினோதினியைக் கட்டிப் பிடித்து உணர்ச்சிப் பொங்க வாழ்த்தினார். தன்னுடைய கதைமாந்தர்களை மேடையில் பார்த்த பாமாவின் முகத்தில் சொல்ல முடியாத ஒரு சந்தோசத்தை அன்றைக்கு நான் பார்த்தேன். நாங்கள் ஏற்கெனவே கூத்துப்பட்டறையில் அவருடைய மற்றொரு சிறந்த கதையான 'தாத்தாவும் எருமைமாடும்' சிறுகதையை மேடையேற்றும் போதும் அவரைக் கூத்துப்பட்டறை அழைத்தது. அவரால் ஏனோ வரமுடியவில்லை. வந்திருந்தால் இந்த சந்தோசத்தை அன்றைக்கே அவர் அனுவித்திருக்கக் கூடும்.

'அவள் விகடன்' ஆரம்பித்து நான்காவது இதழில் என்று நினைக்கிறேன். கே.ஜி.எஃப்பில் நடந்த ஒரு சம்பவத்தை கவர் ஸ்டோரியாக எழுதியிருந்தார்கள். குழந்தை பெற்றுக் கொண்டுவர தாய் வீட்டுக்குப் போயிருந்த சமயத்தில் இன்னொரு கல்யாணம் செய்து கொண்ட கணவனின் ஆண்குறியை வெட்டிப் போட்ட இளம் மனைவியின் உண்மைக் கதையது. மலையாளத்தில் பஃகத் பாசிலும் ரீமா கலிங்கலும் நடித்து ஒரு படமும் இதே கதையினைக் கொண்டு வெளிவந்தது. பாமாவின் சாமியாட்டம் கதையில் வரும் அன்னலட்சுமியும் இப்படித்தான் வெட்டிப் போட்டுவிடுவாள்.

"அன்னலச்சுமி நல்ல கருப்புக் கலரு. லட்சணமான முகவாக்கு, அவளுக்கு வெள்ள வெளேர்னு வருசையான பல்லு. அவளோட கருப்புக் கலருக்கும் அதுக்கும் அவ சிரிக்கும்போது பல்லு வருச பளுச்சுனு தெரியும். நல்ல கத்திக் கணக்கா கூரான மூக்கு. ரொம்பத் தடியாவும் இல்லாம ஒல்லியாவும் இல்லாம திட்ட மான உடம்பு. அவ வீட்டுல சண்ட வராத நாளே கிடையாது. அன்னலச்சுமியோட புருஷன் பேரு வேங்கப்புலி. ஆனா அவனப் பாத்தா பூன கணக்கா இருப்பான். சரியா வேல வெட்டிக்குப் போக மாட்டான். எல்லாத்திட்டயும் கூசாம கடன் வாங்குவான். எதுவுமே முடியலன்னா வீட்டுல இருக்குற கொஞ்சநஞ்ச சாமாஞ்சட்டுகளயும் கொண்டு போயி அடமானம் வைக்கத் தயங்க மாட்டான். அன்னலச்சுமிக்கு ஒரு சோடிக் கம்மலும், ஒரு சின்ன மூக்குத்தியும் இருந்துச்சு. அவுகம்மெ முத்தம்மா நாலு வீட்டுல பண்டபாத்திரம் தேச்சு சம்பாரிச்ச பணத்த சேத்து வச்சு அந்த நகைகள வாங்கிக் குடுத்துருந்தா. வேங்கப்புலி அதெக்கொண்டு போயி சேட்டுக் கடையில வச்சதோட சரி...திருப்பிக் கொண்டாரவே இல்ல. வேலைக்குப் போனாலும் போகாட்டியும் வேங்கப்புலி தினமும்

சாராயம் குடிப்பான். கடனு வாங்கியாச்சும் குடிச்சாத்தான் அவனுக்கு ஒறக்கமே வரும். குடுச்சுட்டு சும்மா இருந்தாலும் பரவாயில்ல. விடிய விடிய பச்சபச்சையாப் பேசிச் சண்ட போட்டுக்கிட்டே இருப்பான்....." அன்னலச்சுமியைக் குறித்து கதையில் பாமா சொல்லும் அறிமுகம் இது.

இன்றைக்கு இல்லையென்றாலும் நாளைக்குத் திருந்திவிடுவான் என்று வேங்கப்புலியின் 'எல்லாத்தையும்' பொறுத்துக் கொண்டிருந்த அன்னலச்சுமி அன்றைக்கு பிள்ளைக சாப்புட்டு முடிக்கவும் பாயப்போட்டு அவுகளப் படுக்க வச்சா. தட்டுல சோத்தப் போட்டு கொழம்ப ஊத்திக்கிட்டு ஒரு ஓரமா உக்காந்து சாப்புட்டா. சாப்புடும் போதே மனசு கெதங்கெதன்னுதான் இருந்துச்சு. ஆனா அவ ஒரு வாத்த கூட பேசல. சனியன் தூங்கிருச்சுன்னு நெனச்சா அந்நியாரம் அவ தலையில இருந்து தண்ணி சூடா அவ மொகத்து மேல வழுஞ்சு அவ சாப்புட்டுக்கிட்டு இருந்த தட்டுல வந்து விழுந்துச்சு. வாயெல்லாம் உப்புக்கருச்சது. கண்ணு எருஞ்சது. தட்டக் கீழ வச்சுட்டு திரும்பிப்பாத்தா. அவளுக்குப் பின்னாடி வேங்கப்புலி நின்னுக்கிட்டு அவ தலமேல மோண்டுகிட்டு இருந்தான். அவ்வளவுதான்... அன்னலச்சுமி மேல சாமி வந்துருச்சுன்னு சொல்லிக்கிட்டே அவ கைல இருந்த அருவாமனைய மாரி வாங்கித் தூரப்போட்டா. அன்னமும் அவ சொன்னதப் புருஞ்சுக்கிட்டே 'டேய் வேங்கப்புலி'ன்னு கத்திக்கிட்டே சாமியாடத் தொடங்குனா."

அன்னலச்சுமியாக நடித்து தனிநபர் நாடகமாக சாமியாட்டம் கதையைப் பத்துக்கும் மேலான மேடைகளில் நிகழ்த்தியிருக்கிறார் வினோதினி. தமிழ்ச் சமூகத்தின் லட்சக்கணக்கான பெண்களின் பிரதிநிதி அன்னலச்சுமி. வினோதினி அதை நன்றாக உணர்ந்து தனது நடிப்பில் வெளிப்படுத்தி இருந்தார்.. மேடையை மற்றவர்களோடு பகிர்ந்து நடிப்பதை விட தனிநபராக நடிப்பது கொஞ்சம் கடினம். பார்வையாளர்களின் மொத்தக் கவனமும் ஒருவர்மீதுதான் இருக்கும். பிசகினால் எல்லாமே வீணாகிப் போகும். வினோதினியால் கதைச்சொல்லியாகவும் பாத்திரமாகவும் மாறி மாறி, பாத்திரங்களின் உணர்வு நிலைகளை, கட்டுப்படுத்தப்பட்ட செறிவான முறையில் வெளிப்படுத்திப் பார்வையாளர்களைக் கிட்டதட்ட இருபத்தி ஐந்து நிமிடங்கள் தனது நடிப்பெல்லைக்குள்ளேயே நிறுத்திவைக்க முடிந்தது. இந்த நாடகத்தைப் பார்த்துதான் 'எங்கேயும் எப்போதும்'

படத்தில் நடிக்கும் வாய்ப்பை அந்தப் படத்தின் இயக்குநர் தந்ததாக வினோதினி சொல்லியிருக்கிறார்.

எம்.பி.ஏ. படித்து முடித்து விட்டுத் தனியார் கம்பெனியில் ஹெச்.ஆர். டிபார்ட்மெண்ட்டில் நல்ல சம்பளத்தில் வேலை பார்த்துக் கொண்டிருந்த வினோதினி, நாடகத்தின் மீது கொண்ட ஈடுபாட்டால் கூத்துப்பட்டறையில் வந்து முழுநேர நடிகையாக வந்து சேர்ந்தார். இங்கு வந்து சேர்வதற்கு முன்பே வினோதினியை எனக்குத் தெரியும். நானும் ஆனந்த்சாமியும் நடித்த 'தாத்தாவும் எருமைமாடும்' நாடகத்தைப் பார்த்து விட்டு நன்றாக இருப்பதாகச் சொன்னார். அப்பொழுது அவர் பெங்களூருவில் வேலையில் இருந்ததாக நினைவு. கூத்துப்பட்டறையில் கிட்டத்தட்ட மூன்றரை வருடம் இருந்த வினோதினி சரியான திட்டமிடலின்படி ஒரு நடிகைக்குத் தேவையான யோகா, சிலம்பம், தேவராட்டம், தப்பாட்டம், துடும்பாட்டம், வாய்ப்பாட்டு, தாய்ச்சி, கராத்தே, ஜென், விபாசனா என்று சளைக்காமல் அனைத்தையும் கற்றுக் கொண்டார்.

அவர் வெளியே வருவதற்கு முன்பே நான் கூத்துப் பட்டறை யிலிருந்து வெளியே வந்து விட்டிருந்தேன். ஆனாலும் இருவரும் நாடகம் நடக்கும் இடங்களில் சந்தித்தால் என்ன செய்து கொண்டிருக்கிறோம் என்பதைப் பகிர்ந்து கொள்வோம். வினோதினி வினோதமான கேள்விகளை எழுப்பக் கூடியவர். அந்தக் கோணத்தில் அந்த விஷயத்தை நாம் பார்த்திருக்கவே மாட்டோம். அவரது கேள்விதான் நம்மை முதன் முதலில் பார்க்க வைக்கும். சில விஷயங்கள் நம் பார்வைக்கே வந்திருக்காது. அவரது கேள்விதான் நமக்கு அதை அறிமுகப்படுத்தும்.

ராஜீவ் காந்தி இளைஞர் மேம்பாட்டுத் திட்டம் நடத்திய வீதிநாடக உருவாக்க ஆலோசனைக் கூட்டத்தில் நானும் வினோதினியும் கூத்துப்பட்டறையின் சார்பாகக் கலந்து கொண்டோம். அந்தக் கூட்டம் பாரதி, பெரியார், ராமானுஜம் போன்ற படங்களின் இயக்குநர் ஞான ராஜசேகரன் தலைமையில் நடந்தது. ஒருவாரம் நடந்த இந்தக் கூட்டத்தில் எங்களோடு கோபாலி, கே.ஏ. குணசேகரன், முருகேசன் என்று பழுத்த அனுபவசாலிகள். நாங்கள் இருவர் மட்டும் இளையவர்கள். நான் நாடகத்தை ஒரு படிப்பாகப் படித்தவன் இல்லை. நான்கு வருடங்கள் முன்னூறுக்கும்

மேலான வீதிநாடகங்களையும், ஐந்துக்கும் மேலான மேடை நாடகங்களையும் நடத்தியிருந்த நடைமுறை அனுபவம் மட்டுமே எனக்கிருந்தது. தென்னிந்தியா முழுவதும் நடத்தக்கூடிய ஒரு வீதிநாடகத்தை வடிவமைப்பது குறித்து பெரியவர்கள் சொன்ன ஆலோசனைகள் எதிலும் எனக்கு உடன்பாடில்லை. நான் உடனுக்குடன் எனது எதிர்ப்பைத் தெரிவித்துக் கொண்டிருந்தேன். வினோதினி எல்லாத் தரப்புகளையும் மிகவும் பொறுமையோடு கேட்டுக் கொண்டிருந்தவர் இறுதிச் சுற்றில் தனது அபிப்ராயங்களை மெள்ள அதிராத குரலில் வெளிப்படுத்தினார். அவர் சொன்ன சில அபிப்ராயங்கள் முன்னர் நான் சொன்ன சிலவற்றோடு முற்றிலும் ஒத்துப்போகக் கூடியவையே. ஆனால் எல்லோராலும் அவரது அபிப்ராயங்கள் ஏற்றுக் கொள்ளப்பட்டன. இரண்டு வருடங்கள் ஒன்றாக ஒரே இடத்தில் இருந்தாலும் மனதளவில் வினோதினி என்னோடு மிக நெருக்கமான நாளது. அவர்மீது எனக்குத் தனி மரியாதை உண்டான நாளும்கூட. இந்தச் சம்பவத்திற்குப் பின்னால் நாங்கள் நிறைய விஷயங்கள் குறித்து மணிக்கணக்கில் விவாதித்திருக்கிறோம். அந்த விவாதங்கள் எல்லாம் மிகவும் அர்த்தம் செறிந்தவை. இந்த விவாதங்களில் அவரிடம் நான் கற்றுக் கொண்டவை ஏராளம்.

ஒரு கட்டத்தில் போதுமென்று கூத்துப்பட்டறையிலிருந்து வெளியேறி சென்னையிலுள்ள எல்லா நாடகக் குழுக்களோடும் வேலை செய்தார். நான் எப்பொழுது சந்தித்தாலும் ஏதாவது ஒருநாடகத்தில் வேலை செய்து கொண்டிருப்பதாகச் சொல்லுவார்.

கூத்துப்பட்டறையில் எனக்குத் தெரிந்து நான்கு மேடை நாடகங்களிலும், சில வீதிநாடகங்களிலும் வினோதினி நடித்திருக் கிறார். இவற்றில் 'அர்ஜுனன் தபசு', 'வைஸாக்' நாடகத்திலும் அவர் தனது நடிப்பை மிகச் சிறப்பாக வெளிப்படுத்தியிருந்தார். கூத்துப் பட்டறையிலிருந்து வெளியே வந்த பிறகு அவர் நிறைய தனிநபர் நாடகங்களை நடத்தினார். அவற்றில் நான் இரண்டு நாடகங்களைப் பார்த்திருக்கிறேன். ஒன்று 'சாமியாட்டம்'. இரண்டு எழுத்தாளர் இமையத்தின் 'நிஜமும் பொய்யும்' தனது மகனைப் பார்க்க ஆவலாதித்துக் கிடக்கும் ஒரு அறுபது வயது முதியவளின் கதை. முதியவள் பாத்திரத்தை வினோதினி மிகுந்த படைப்பாற்றலோடு வடிவமைத்திருந்தார். இமையமும், பாமாவும் வட்டார வழக்கில்

கதை சொல்லுபவர்கள். இவர்களது வட்டார மொழியின் அம்சத்தைக் கொஞ்சமும் சிதைத்து விடாமல் சென்னையில் பிராமண சமூகத்தில் பிறந்த வினோதினியால் பாத்திரத்தின் பேச்சுமொழியை யதார்த்த தொனியில் வடிவமைத்துப் பேசமுடிந்ததை வைத்தே நாம் அவரது நடிப்பாளுமையைப் புரிந்து கொள்ளலாம்.

வினோதினியின் நிமிர்ந்த நடையும், ஆண்களை நேருக்கு நேர் பார்க்கும் பார்வையும், தெளிவான உச்சரிப்பும், சமகாலத்துப் பெண்களின் யதார்த்தத்தை நடிப்பென்றே தெரியாத அளவிற்கு வெளிப்படுத்தும் அவரது நடிப்பும் அலாதியானவை. இவையெல்லாம் ஒன்றாகச் சேர்ந்து அவரைத் தனித்துவம் மிக்க நடிப்பாளுமையாக மாற்றியிருக்கின்றன. எங்கள் இருவருக்குமே ஒப்பிடுதல் பிடிக்கா தென்றாலும் புரிதலுக்காகச் சொல்கிறேன். ‘இயல்பான சரளமான நடிப்பே உண்மையான நடிப்பு’ எனும் இலக்கணத்தைத் தமிழ் சினிமாவில் உருவாக்கிய மிகச் சிறந்த நடிகைகளில் ஒருவரான சரிதாவினை நடிப்பில் நினைவுபடுத்தும் வினோதினி, சவால் விடும் வாய்ப்புகள் வரும்போது தன்னை மேலும் நிரூபிக்கச் செய்வார்.

வினோதினி நாடகப் பயிற்சிப் பட்டறைகள் நடத்துவதிலும் திறமை வாய்ந்தவர். நானும் அவரும் தீனபந்துபுரத்தில் குழந்தைகளுக்கு அரங்க விளையாட்டுகள் சொல்லிக் கொடுக்கப் போயிருந்த போது நான் நேரடியாகக் கவனித்திருக்கிறேன். பாலுமகேந்திரா பள்ளியில் வினோதினியிடம் நடிப்பு கற்றுக் கொண்ட சிலர் அவரைப் பற்றிச் சொல்லக் கேள்வியும் பட்டிருக்கிறேன். பெரும்பாலும் நடிப்பு சொல்லிக் கொடுப்பவரால் சரியாக நடிக்க முடியாது என்ற ஒரு கற்பிதம் இருக்கிறது. வினோதினி அதை உடைத்திருக்கிறார். நடிப்பு சொல்லிக் கொடுப்பது வேறு; நடிப்பது என்பது வேறு. இரண்டும் எதிரெதிர் மனநிலைகளைக் கேட்டு நிற்கக் கூடியவை. இதைப் புரிந்து கொண்டு செயல்பட்டவர்கள்தான் இரண்டிலும் சோபித்திருக்கிறார்கள். முடியாதவர்கள் ஏதாவது ஒன்றில்தான் மிளிர்ந்தார்கள். வினோதினியால் இரண்டிலும் மிளிர முடிகிறது.

கற்றுக்கொள்ளும் காலங்களில் தனது திறமைக்குத் தேவையான அனுபவங்களைத் தேடித் தேடிச் சேகரித்தார். போகிற போக்கில் கிடைத்த அனுபவங்களை தனது திறமைக்கு உரமாக்கிக் கொள்வதற்கு அவரது படிப்பு அவருக்கு ஏற்கெனவே சொல்லிக் கொடுத்திருக்கிறது.

தன்னுடைய நடிப்புத் திறமைக்குத் தேவையான அனுபவத்தையும் அறிவையும் ஒருசேர வளர்த்துக் கொள்ளும் தீவிரமும் தீர்க்கமும் நிறைந்த திட்டமிடலும், அதைச் செயல் படுத்துவதற்கான உத்வேகம் நிரம்பின படைப்பாற்றல் மிகுந்த லட்சியமும் வினோதினியிடம் நிறையவே இருக்கின்றன.

மாணவப் பார்வை

பத்து வகுப்புகளில் மொத்தத் திரைக்கதையையும் வாசிக்க வைத்தார். அந்தக் கதைக்குள், அக்கதையின் முக்கியம், முக்கியமற்ற எல்லாப் பாத்திரங்களோடும் உறவாட வைத்தார். திரைக்கதையின் சூழ்நிலைகளில் ஆழமாக நம்மைப் பயணப்பட வைக்க வாலறிவன் கொடுக்கும் பயிற்சி முறைகள் கடினமானவை; அதே நேரத்தில் வசீகரமானவையும் கூட.

ஆரம்பத்தில் எங்களுக்குள் சண்டை வந்தது. நான் சில வகுப்பு களைத் தவிர்த்தேன். என் இயக்குநரிடம் வேறு ஒரு கோச்சை ஏற்பாடு செய்யச் சொன்னேன். இயக்குநர் சரி என்று சொல்லிவிட்டு பிரச்சனையை ஆறப்போட்டு மீண்டும் வாலறிவனை வரவழைத்து எங்கள் இருவரையும் தனியாகப் பேச வைத்தார். அவரின் கடுமை என்னை ஏன் பாதிக்கிறது என்பதை மிகத் தெளிவாக விளக்கினார். நான் என் ஈகோவிலிருந்து இறங்கி அவரைப் புரிந்துகொள்ள முயன்றேன். நம்முடைய அகங்காரத்தை வாலறிவன் ரசிக்கிறார். அதன் நடனததில் பங்கெடுத்து ஈடுகொடுத்து அதனுடன் ஆடுகிறார். நான் பார்த்த பயிற்சியாளர்களிடமில்லாத சிறப்பு இது. சந்தையை மிகச் சரியாகப் புரிந்து கொண்டு அதே சமயத்தில் நம்பமுடியாத அளவுக்கு சந்தையிலிருந்து விலகி இருக்க விரும்புகிறவர். இதுதான் வாலறிவனின் பலமும் பலவீனமும். ஆரம்பத்தில் ஒரு கோச்சுக்கான அத்தனை மிடுக்கும் இருக்கும். போகப்போக நம் இதயத்தின் ஒரு பகுதியாகி விடுகிறார். பேரன்பும் பெருங்கோபமும் கொண்ட அசலான மனிதன். வாழ்த்துக்கள் சார். உங்களை எனக்கு அறிமுகம் செய்த ஜெயனுக்கு இந்தக் கணத்தில் நன்றி சொல்லிக்கொள்கிறேன்.

- ஹரிஹரன், பெங்களூர்

கலை மனிதனின் பகுத்தறிவைப் பாதிப்பதில்லை. அவன் உணர்வுகளைப் பாதிக்கிறது. அவன் ஆன்மாவை இளக்குகிறது. நல்ல விஷயங்களை நோக்கி அவனைத் திருப்புகிறது.

– அந்த்ரேய் தார்க்கோவ்ஸ்கி.

கூழாங்கற்கள்

தமிழ் இந்துவுக்காக ஆர்.சி. ஜெயந்தன் சமீபத்தில் சேதுபதியைப் பேட்டி எடுத்திருந்தார். அந்தப் பேட்டியில் "நடிப்பு பற்றிய உங்களது பார்வை என்ன?" என்ற கேள்விக்கு, விஜய் சேதுபதி.

"திட்டவட்டமாக இதுதான் என்று வரையறுத்துச் சொல்ல முடியுமா என்று தெரியவில்லை. நடிப்பு என்பது பிறவித் திறமை. என்னைப் போன்றவர்கள் எந்தக் காலத்திலும் நடிகனாக முடியாது என்றுதான் நினைத்திருந்தேன். பிறகு கூத்துப்பட்டறையில் சேர்ந்தபோது எனக்கு அக்கவுண்ட் எழுதும் வேலையைக் கொடுத்தார்கள். நடிப்புக்கும் வரவு - செலவுக் கணக்கு எழுதுவதற்கும் என்ன தொடர்பு இருக்க முடியும்? நமது முகத்தைப் பார்த்தே முடிவு செய்துவிட்டார்கள் போலிருக்கிறது என்று குழம்பினேன். ஆனால் 'முறையான பயிற்சி இருந்தால் யாரும் நடிகனாக முடியும். இங்கே யாருக்கும் யாரும் நடிப்பைச் சொல்லித்தரவே முடியாது. நடிப்பு என்பது நாமாக உணர்வது. இங்கே தரப்படுவது நடிகனுக்கான பயிற்சிகளே தவிர, நடிப்புப் பயிற்சி அல்ல.' என்ற ந.முத்துசாமியின் உரை நடிப்புப் பற்றிய என் பார்வையை மாற்றிவிட்டது. நடிப்பை உணர்ந்து செய்வது என்பதைச் சிலர் குழந்தையாக இருக்கும்போதே செய்துவிடுகிறார்கள். உணர்வு நிலையின் ஆற்றலைப் பொருத்து ஒவ்வொருவருக்கும் நடிப்பு வசமாவதில் வேறுபாடுகளும் அவகாசமும் தேவைப்படலாம். ஆனால் நடிப்பு எட்ட முடியாத உயரமல்ல." என்று பதில் சொல்லியிருந்தார்.

அதே பேட்டியில் அடுத்ததாகக் கேட்ட "கதாபாத்திரங்களை வெளிப்படுத்திக் காட்டுவதில் இதுவரையிலான அனுபவம் என்ன கற்றுத் தந்திருக்கிறது?" என்ற கேள்விக்கு "என்னுடைய

அனுபவத்தில் கதாபாத்திரங்கள் என்பவை, அவற்றை உருவாக்குகிற எழுத்தாளருக்கும் இயக்குநருக்குமே அதிகம் நெருக்கமானவை. நடிகனுக்கல்ல. நான் ஏற்று நடிக்க வேண்டும் என்ற கதாபாத்திரத்தை இயக்குநர் என்னிடம் விளக்கும்போது, அந்தக் கதாபாத்திரம் எனக்கு அறிமுகம் இல்லாத ஒன்று. என்னைப் பொருத்தவரை அது இயக்குநரின் கற்பனை. அந்தக் கற்பனையை ஒரு கட்டத்தில் அவர் நிஜமாக எண்ணிக் கொண்டு கதாபாத்திரங்களுடன் அவர் பல ஆண்டுகள் வாழ்ந்து அவற்றோடு பயணப்பட்டு விடுகிறார். அதனால் நான் ஏற்கும் அவரது கதாபாத்திரம் நண்பனைப் போன்றவன். அவரது நண்பனைப் பற்றி என்னிடம் சொல்வது போலத்தான் விவரித்துச் சொல்வார். அவர் விவரித்ததை வைத்து அவருடைய நண்பன் இப்படித்தான் இருந்திருக்க வேண்டும் என்றொரு கற்பனையை நான் உருவாக்கிக் கொள்கிறேன். இயக்குநர் நடிக்கச் சொல்லும்போது நடிக்கிறேன். நான் நடிப்பது இயக்குநருக்கு ஏற்புடையதாக இல்லாவிட்டால், "அவன் இந்தக் காட்சியில் இப்படிச் செய்யமாட்டான். இப்படித்தான் செய்திருப்பான். இப்படித்தான் பார்த்திருப்பான். இப்படித்தான் நடப்பான். இப்படித்தான் கையை அசைப்பான்" என்று கதாபாத்திரத்தின் ஒவ்வொரு அசைவையும் இயக்குநர் திருத்திக் கொண்டே வருவார். சில நாள் படப்பிடிப்புக்குப் பிறகு ஏற்றுக்கொண்ட கற்பனை கதாபாத்திரம் இப்படித்தான் இருந்திருக்க முடியும் என்று என் செயலும், மனமும் ஒரு வரையறைக்குள் இயங்க ஆரம்பித்துவிடுகின்றன. கதாபாத்திரங்களை வெளிப்படுத்துவதில் இதுதான் எனது அனுபவமாக இருந்து வருகிறது." என்று பதிலளித்திருக்கிறார்.

ஒவ்வொரு நடிகரும் தனது பாத்திரத்தை உருவாக்கிக் கொள்வதற்கான தூண்டுதல்களை எங்கிருந்து வேண்டுமானாலும் பெற்றுக் கொள்வார்கள். இதுதான் விதி என்று ஒரு வரையறை கிடையாது. ஒவ்வொரு நடிகரும் தனது அனுபவத்தில் ஒவ்வொரு வித்தையைக் கண்டுபிடித்து அதையே தனது பாணியாக வைத்துக் கொள்வார். சிவாஜி, கமல், நாசர், நஷ்ருதின் ஷா, திலகன் ஆகியோரின் பேட்டி களில் இதை நாம் உணர்ந்துகொள்ள முடியும். அந்த வகையில் விஜய் சேதுபதியின் பாணி இது.

விஜய் சேதுபதிக்கு நான் நடிப்பு சொல்லிக் கொடுத்ததாக வெளியில் ஒரு செய்தி படுவேகமாகப் பரவியிருக்கிறது. அதில் பாதி உண்மை இல்லை. அவரே சொல்வதுபோல அவருக்கு மைக்கல் கார்த்திகேயனின் பாத்திரத்தை அதன் மன இயல்பை உணர்வதற்கு நான் கொஞ்சம் உதவி செய்திருக்கிறேன் அவ்வளவுதான். அதை அவர் சீக்கிரத்தில் உள்வாங்கிக் கொண்டார். இப்படி அவர்களது பாத்திரங்களைப் புரிந்துகொள்வதற்கு 'நான்' படத்திற்கு விஜய் ஆண்டனிக்கும், 'மத்தாப்பு' படத்திற்கு அதன் நாயகன் ஜெயனுக்கும், பொறியாளன் ஹரிஷ் கல்யாணுக்கும், விளையாடவா, சேவல்கொடி நாயகர்களுக்கும், 'வஞ்சகர் உலகம்' விசாகன் வணங்காமுடிக்கும் என்று உதவியிருக்கிறேன். திரைக்கதையை அடிப்படையாகக் கொண்டு பாத்திரங்களை நடிகர்கள் புரிந்து கொள்வதற்கும், அப்பாத்திரங்களை வடிவமைப்பதற்குமான பயிற்சிப் பட்டறைகளை இன்றும் நடத்திக் கொண்டுதான் இருக்கிறேன். என்னுடைய இந்த வேலையைத் தொடங்கி வைத்தவர்கள் விஜய் ஆண்டனியும், விஜய் சேதுபதியும்தான்.

நான் அப்பொழுது ஜெமினி லேபில் எடிட்டிங் வேலைகளில் இருந்தேன். விஜய் சேதுபதி அழைத்து தான் ஒரு படத்தில் நாயகனாக ஒப்பந்தமாகியிருப்பதாகச் சொல்லி அதற்குக் கொஞ்சம் தன்னைத் தயார்படுத்திக் கொள்ள வேண்டும் என்று சொன்னார். அடுத்த இரண்டு நாட்கள் கழித்து கார்த்திக் சுப்புராஜிடம் அழைத்துச் சென்று பீட்சாவின் திரைக்கதையை வாங்கிப் படிக்கக் கொடுத்தார்.

கார்த்திக் சுப்புராஜ் எனக்கு முன்னமே அறிமுகமானவர். அவர் நாளைய இயக்குநர் குறும்படங்களுக்கான சிறுகதைகளைத் தேடிக்கொண்டிருந்தார். விஜய் சேதுபதி என்னை அழைத்து அவரிடம் அறிமுகப்படுத்தினார். நான் மூத்த சிறுகதை எழுத்தாளர்களின் சில கதைகளைச் சொன்னேன். அவருக்கு அதில் உடன்பாடில்லை. பிறகு மீண்டும் சில மாதங்கள் கழித்து 'காக்கா முட்டை' மணிகண்டன் எடுக்க இருந்த ஒரு படத்தின் கதைவிவாதத்தில் நலன் குமாரசாமி, கார்த்திக் சுப்புராஜ், பிரசாத் ராமரோடு நானும் இருந்தேன். இதற்கும் விஜய் சேதுபதிதான் காரணம். அவர் தனக்குத் தெரிந்த இடங்களில் என்னையும் வைத்துக் கொள்ள விரும்பினார்.

சேதுபதி தன்னைச் சுற்றியிருக்கும் ஒவ்வொருவரோடும் உள்ளார்ந்த உறவை வளர்த்துக் கொள்பவர். மக்களோடு தொடர்பு கொள்வது, எவரும் சொல்லாமலேயே எதையும் ஆர்வத்துடன் தானே எடுத்துச் செய்வது என்பவை அவரது இயல்பான குணங்களாக இருந்திருக்கின்றன. அறிவு மிகுந்தால் ஆனந்தம், உணர்ச்சி மிகுந்தால் ஆபத்து. உணர்ச்சியை சமயோசிதமாகப் பயன்படுத்தி அறிவைச் செழுமைப் படுத்த முடியுமானால் அதுதான் புத்திசாலித்தனம். விஜய் சேதுபதி புத்திசாலித்தனம் மிகுந்தவர். தனது உணர்ச்சிகளின் மீது மிகுந்த கட்டுப்பாடு உள்ளவர்.

எதிரிலிருப்பவர் சொல்வதை மிகக் கவனமாகக் கேட்பது சேதுபதியின் சிறப்புகளில் ஒன்று. இதனால் சொல்பவருக்கு மதிப்பையும் மரியாதையையும் கொடுத்து கௌரவம் செய்து கொண்டாடி விடுகிறார். இதை நான் கதை கேட்கும் சமயத்தில் அருகில் இருந்து பார்த்த அனுபவத்தில் சொல்கிறேன். சேதுபதி அடிப்படையில் ஒரு நல்ல கதைச்சொல்லி. அவரது குழந்தைகளுக்கு தினமும் கதைகளைச் சொல்லி தூங்க வைக்கும் பழக்கம் அவருக்கு ஆரம்பத்திலிருந்தே இருக்கிறது. சிறுகதைகளை எழுதுவதற்கும் அவர் முயற்சி செய்திருக்கிறார். அல்போன்ஸ் புத்திரன் இயக்கிய ஒரு குறும்படத்தில் முக்கியமான சந்தர்ப்பத்தில் தான் பேசவேண்டிய வசனத்தைத் தானே எழுதியிருந்தார். அந்த வசனம் ஓர் அழகான எளிய காதல் கவிதையைப் போன்றிருந்தது.

கார்த்திக் சுப்புராஜ் மற்றும் பீட்சா படத்தின் இணை இயக்குநர் பிரசாத் ராமர் ஆகிய இருவரும் மைக்கல் கார்த்திக் எப்படிப்பட்டவன் என்பதை விளக்கிச் சொன்னார்கள். அந்தப் படத்துக்கு சில நடிகர்களைத் தேர்ந்தெடுக்கும் பொறுப்பையும் தந்திருந்தார்கள். சில நாட்கள் கழித்து சாலிகிராமத்தில் உள்ள ஒரு நடனப் பள்ளியை வாடகைக்கு எடுத்துக்கொண்டு தினமும் மூன்று மணிநேரம் பாத்திரத்தின் உணர்வுகளை, திரைக்கதையில் பாத்திரத்தின் முக்கியத்துவத்தை, அதன் உணர்ச்சிகளைப் புரிந்துகொள்ளும் பொருட்டு சில பயிற்சிகளைச் செய்தோம். நானும் விஜய் சேதுபதி மட்டும்.

எனது பயிற்சிகள் எல்லாம் மனதை அடிப்படையாகக் கொண்டு வடிவமைக்கப்பட்டவை. அதாவது, உணர்தல் என்பதை

வலியுறுத்தும் பயிற்சிகளை மட்டும்தான் நான் இன்றைக்கும் என்னை நோக்கி வரும் நடிகர்களுக்குக் கொடுத்துக் கொண்டிருக்கிறேன். கம்பு சுற்றுதல், நடனமாடுதல் இன்னபிற திறமைகளைக் கற்றுக்கொள்ள சம்பந்தப்பட்ட ஆளுமைகளிடம் அனுப்பிவிடுவேன். விஜய் சேதுபதிக்கும் பாத்திரத்தின் இயல்பை உணர்ந்து கொள்ளும் முறையில்தான் பயிற்சியை வடிவமைத்திருந்தேன்.

மைக்கல் கார்த்திகேயன் என்கிற பாத்திரம் திரைக்கதையிலுள்ள மற்ற பாத்திரங்களோடு கொள்ளும் உறவை விஜய் சேதுபதி உணர்ந்துகொள்வதும், அதை வெளிப்படுத்துவதும் என்கிற அடிப்படையில் தொடர்ந்து பத்து நாட்கள் நடந்தது பயிற்சிப் பட்டறை. அண்ணா நகர் ஸ்மிதா பங்களாவில் விஜய் சேதுபதி மாட்டிக் கொண்டு தவிக்கும் நாற்பது நிமிடத்தை மட்டும் நான் எனது பயிற்சிக்கு எடுத்துக் கொண்டேன். பயிற்சி வேண்டுமென சேதுபதி வலியுறுத்தியதும் இந்தப் பகுதிக்குத்தான்.

ஸ்மிதா, சிம்ஹா, நித்யா, இரண்டு கான்ஸ்டெபிள்கள், பாட்டி, ராகவன், காந்த், அணு, ப்ரியா, சண்முகம் ஆகியோரை நினைவு படுத்தும் விதத்தில் விதவிதமான கூழாங்கற்கள் அறையின் பல்வேறு இடங்களில் வைக்கப் பட்டிருக்கும். சேதுபதி தனது கண்களைக் கருப்பு ரிப்பனில் கட்டிக் கொண்டு அந்தக் கூழாங் கற்களைத் தேடிக் கண்டுபிடித்து அக்கற்களைத் தனது உள்ளங் கையால் தொட்டுணர்ந்து அந்தக் கல்லின் பாத்திரப் பெயரைச் சொல்லி அதற்கும் தனக்குமுள்ள திரைக்கதை சொல்லும் உறவின் அடிப்படையில் அதனுடன் பேசவேண்டும். இந்தப் பேச்சு வெவ்வேறு உணர்வுகளில் பாவங்களில் போய்க்கொண்டே இருக்கும். பின்னணியில் அதற்கான இசைத்துணுக்குகளும் ஒலித்துக் கொண்டிருக்கும். இப்படி அவர் எல்லாப் பாத்திரங்களோடும் தன்னுடைய பாத்திர மனநிலையில் நின்றபடி உரையாட வேண்டும்.

இப்படியே தொடர்ந்து எட்டு நாட்கள் நடந்தது. கடைசி இரண்டு தினங்களில் விஜய் சேதுபதி கண்களை மூடிக்கொண்டு இருந்தாலும் எந்தக் கல்லைத் தொட்டாலும் அந்தக் கல்லின் பாத்திரப் பெயர் சொல்லும் அளவிற்கு அவர் அக்கற்களை உணர்ந்து வைத்திருந்தார்.

படத்தில் நாற்பது நிமிடங்களில் ஸ்மிதா பங்களாவில் நடக்கும் விபரீதங்களை மனதில் வைத்துப் பல சப்தங்களையும், சில

இசைத் துணுக்குகளையும் ஒன்றாக இணைத்து நான் ஓர் இசைக் கோர்வையை எடிட் செய்து வைத்திருந்தேன். நான் அதை ஒலிக்க விட்டதும், அதிலிருந்து சப்தம் வந்தாலோ, இசை வந்தாலோ எது வந்தாலும் அதற்கு விஜய் சேதுபதியை வெறுமனே வினைபுரியச் சொன்னேன். அவரும் அந்தக் கணத்தில் நின்று தன்னை நோக்கி வரும் சப்தங்களையும், இசையையும், கதறல்களையும், ஓலங்களையும் எதிர்கொண்டு அதற்கேற்ப எதிர்வினை செய்தார். அந்த இரண்டு நாட்களும் அவருடைய முகத்தில் அழுகை, கோபம், இயலாமை, விரக்தி, அச்சம், பீதி என்று திரைக்கதையில் மைக்கல் கார்த்திக் எனும் பாத்திரத்தின் காலமும் நேரமும் வேண்டிக் கொண்ட உணர்ச்சிகள் வந்து வந்து போய்க்கொண்டே இருந்தன. இப்பொழுது படத்தில் அவர் நடித்திருக்கும் அந்தக் காட்சியை நினைத்துப் பாருங்கள். உங்களுக்கு சேதுபதியின் வெற்றிக்குப் பின்னாலுள்ள அவரது பயிற்சிகளும் முயற்சிகளும் புரியவரும்.

கதையையும் தனது கதாபாத்திரத்தையும் பிற கதாபாத் திரங்களையும் உள்வாங்கி தனது பாத்திரத்திற்குப் பல தரவுகளைச் சேகரித்து அதையொட்டிய நிஜநபர்களின் பழக்கவழக்கங்களைப் பார்த்து, படித்து நடிக்கிறவர். கதாபாத்திரத்தின் உயர்வான குணச்சித்திர இயல்புகளை வெளிக் கொண்டு வருவதில் நடிகன் தனது முழுத்திறமையையும் காட்ட வேண்டும் என்று நினைக்கும் நடிகர் சேதுபதி.

ஒரு கலைஞன் என்பவன் இரண்டு போட்டிகளைச் சமாளித்தாக வேண்டும். முதலில் தகுதி பெறும் போட்டி; பிறகு பெற்ற இடத்தைத் தக்க வைத்துக் கொள்ளும் போட்டி. இரண்டாவது போட்டியிலிருக்கும் சேதுபதி தனது இருப்பை அர்த்தமுள்ளதாக்கிக் கொள்ளும் வகையில் உழைத்துக் கொண்டிருக்கிறார்.

அவர் தன்னுடைய பயிற்சிகள், முயற்சிகள், அவற்றுக்கான அவரது உழைப்பு என்று எதையும் வெளியே சொல்லித் தம்பட்டம் அடித்துக் கொள்ள விரும்பாதவர். எளிமை எனும் கவர்ச்சி நிரம்பினது சேதுபதியின் இயல்பு. இந்தக் கவர்ச்சியை அவரது ஆரம்பக் காலத்திலிருந்தே பார்த்திருக்கிறேன். அதை நான் சிலாகித்துச் சொன்னபோதெல்லாம் அவரது முகத்தில் மெல்லியக் கோடாய் வெட்கம் படரும். அவரது கெஞ்சும் விழிகள்தான் அவருடைய அலாதியான சொத்து.

மாணவப் பார்வை

க்ளாசிக்கல் நடிப்பு கேட்கும் துல்லியத்தைக் கொண்டுவருவதில் தொடங்கி, மெத்தட் ஆக்டிங் கேட்கும் மேம்படுத்துதலில் முடிகின்றன வாலறிவனின் முப்பதுநாள் பயிற்சிகள்.

நாமறியாமலேயே நம்மிடமிருந்து கொஞ்சம் கொஞ்சமாக நம் படைப்பாற்றலை, நம் போதாமையை, நம் இயலாமையை, நம் குழந்தைமையை வெளிக்கொண்டு வருவதில் ஆளுமையோடு இயங்குகிறார் வாலறிவன்.

வாலறிவன் நம்மை கம்பு சுத்தச் சொல்வதில்லை. கோட்பாடு களைச் சொல்லி பயமுறுத்துவதில்லை. 'நான் நடிக்கிறேன் பார்' என்று தன் ஆளுமையால் நம்மைக் கூசவைப்பதில்லை. தன் மூளையைக் கொண்டு அந்தக் கணத்தில் உருவாக்கும் சின்னச் சின்ன பயிற்சிகள் மூலம் நமக்கானதை நமக்குள் ஒலிக்க விடும் இளையராஜா போல, நம் அன்பை, கருணையை, கோபத்தை, காமத்தை மிக இயல்பாக நம்முள்ளிருந்து வெளியெடுத்துக் காண்பிக்கிறார்.

பால் பேதமற்ற கண்களைக் கொண்டவர். 'உன் பார்வையே உன் விதி' என்று வேலை செய்பவர். கற்றுக்கொடுப்பதில் எவ்வளவு ஆளுமையோடு இருக்கிறாரோ, அதே அளவு கற்றுக்கொள்வதிலும் குழந்தைமையின் ஆர்வத்தோடு இருக்கிறவர்.

பழகுவதற்கு இனிமையானவர். இவரிடம் எது குறித்தும் பேசலாம். அவ்வளவு தெளிவு! அவ்வளவு தீர்க்கம்!

இனிய நண்பன்.

சுதந்திரமும் ஆரோக்கியமுமான என்னுடைய இந்த வாழ்வு, இப்படியே கண்ணியமாக முடிய உன் நட்பு எனக்கு எப்போதும் துணையாக வரட்டும் நண்பா.

- தியா சென்
ஆங்கிலத்திலிருந்து தமிழில்: கார்த்திக்

இன்பத்

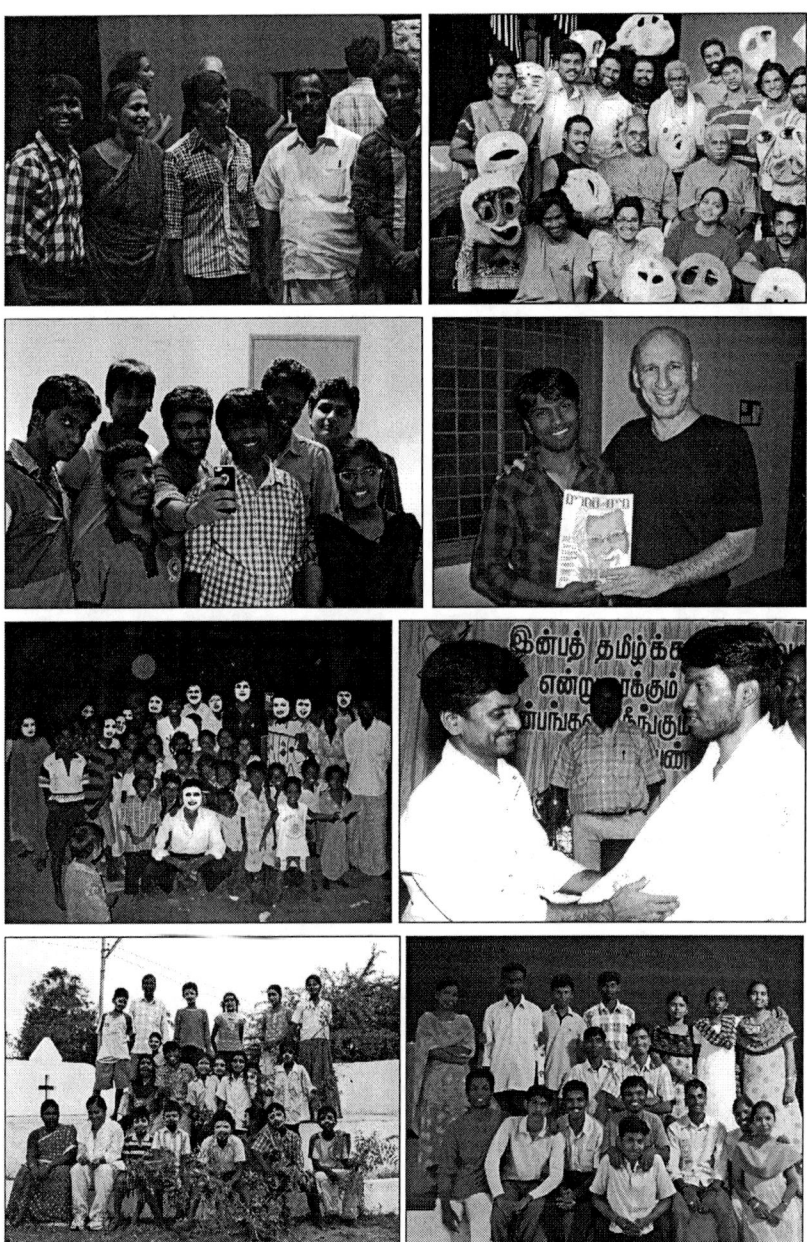

அரங்கம் – Actor's Zone

இயற்கைச் சூழலில் அமைந்த நடிப்பு பள்ளி

இடம்: காவிரி நதிச் சூழல் ஒகேனக்கல் அருகில் ஓசூர் வழி
கோட்டையூர் - 635 - 102

தொடர்புக்கு : சோழன் வாலரிவன் - 8754714692